Bodhi Books
Pathiyoor P. O., Keerikad, Kayamkulam
Alappuzha - 690508, Kerala, India
E-mail: bodhibooks03@gmail. com
Tel: +91 9447304886

Title: **MARUTHAKKALAM**
Written by **Anish Pathil**
Memoirs / Malayalam

First Published by Bodhi Books: February, 2024

Typesetting: Bodhi Books
Cover Design: Kannan Image
Book Design @ Chembarathi Creatives, Kottayam

ISBN: 978-81-959647-7-2

Price **Rs. 200**
Production No. B-B-161-1-150-01-24

Printed and bound in India by
Repro Mumbai Ltd.

മറുതാക്കാലം

അനിഷ് പത്തിൽ

ബോധി ബുക്സ്
കായംകുളം - 690 508

അനിഷ് പത്തിൽ
ആലപ്പുഴ ജില്ലയിലെ കരുമാടിയിൽ ജനനം.
കരുമാടി പത്തിൽ വീട്ടിൽ ദിവാകരൻ നായരുടേയും
മറ്റക്കാട്ട് വീട്ടിൽ ഓമനയമ്മയുടെയും മകൻ.
പെൻ ബുക്സ്, ഡി സി ബുക്സ് എന്നിവയിൽ പ്രവർത്തിച്ചിട്ടുണ്ട്.
ഇപ്പോൾ പൂർണ്ണ പബ്ളിക്കേഷൻസിൽ ജോലി ചെയ്തു വരുന്നു.
ആനുകാലികങ്ങളിലും സമൂഹമാധ്യമങ്ങളിലും കഥകളും ലേഖനങ്ങളും
എഴുതാറുണ്ട്. പുസ്തകം - മറുതാക്കാലം.
സഹോദരങ്ങൾ: മനോജ്, വിനോദ്, യാമിനി.
പങ്കാളി - രാധിക
മക്കൾ കൃഷ്ണ ഗീതിക, കൃഷ്ണ വേണി
ഫോൺ- 85903 32049
മെയിൽ -anishkkdy@gmail. com

സമർപ്പണം

കരുമാടിയുടെ ഗ്രാമദേവതകളായ കാവിലമ്മക്ക്,
കല്ലുമ്മേലമ്മക്ക്,
കാരണവന്മാരായ പൂന്നിപ്പണിക്കർക്ക്,
കാവിലെയും കല്ലുമ്മേലയും ക്ഷേത്ര വെളിച്ചപ്പാടന്മാർക്ക്

അച്ഛനും അമ്മയ്ക്കും,
അക്ഷരം പകർന്നു തന്ന ആശാനും,
ഉള്ളിൽ ആശയം നിറച്ചു തന്ന അധ്യാപകർക്കും
ആദരവോടെ...

പ്രസാധകക്കുറിപ്പ്

കേരളത്തിലെ ഗ്രാമീണ ജീവിതത്തിൽ നിന്നും ഒഴിച്ചുകൂടാനാവാത്തതാണ് വാമൊഴിക്കഥകൾ. എന്നല്ല, ഐതിഹ്യങ്ങളുടെ പെരുമ്പത്തായങ്ങളാണ് ഓരോ ഗ്രാമഹൃദയവും. എന്നാൽ, കാലപ്രവാഹത്തിൽ അവയിലേറെയും നമുക്കു നഷ്ടപ്പെട്ടു. പലതും നഷ്ടപ്പെട്ടു കൊണ്ടിരിക്കുന്നു. അത്തരം കഥകളിൽ പലതും അന്ധവിശ്വാസങ്ങൾ എന്ന കള്ളിയിലേക്ക് ഒതുക്കി നിർത്തിയതു മൂലം പുതു തലമുറയുടെ കരുതലും ശ്രദ്ധയും പരിചരണവും അവയ്ക്കു ലഭിക്കുന്നില്ല. എന്നാൽ, നരവംശശാസ്ത്രപരമായും സാംസ്കാരികപരമായും അത്തരം പുരാവൃത്ത കഥനങ്ങൾക്ക് പ്രാധാന്യമേറെയുണ്ടെന്ന് ഇന്നത്തെ സാമൂഹ്യ ചരിത്രകാരന്മാർ തിരിച്ചറിയുന്നുണ്ട്. മറുതാക്കാലം എന്ന ഈപുസ്തകത്തിൽ, കഥയുടെ കലവറയായ കുട്ടനാട്ടിലെ ഏതാനും നാട്ടുകഥകളാണ് സമാഹരിച്ചിട്ടുള്ളത്. മറുത പ്രധാന കഥാപാത്രമായി വരുന്നവയാണ് ഈ കഥകൾ. വായനക്കാരുടെ മനസ്സിൽ പോയകാലത്തെ പുനഃസൃഷ്ടിക്കുന്ന, മികച്ച വായനാനുഭവം തരുന്ന കഥകളാണിവ. അനിഷ് പത്തിലാണ് രചയിതാവ്. ബോധി ബുക്സ് ഏറെ താല്പര്യത്തോടെ പുസ്തകം കൈരളിക്കു സമർപ്പിക്കുന്നു.

ആമുഖം

കരുമാടിയിലെ കേട്ടറിവുകളുടെ പശ്ചാത്തലത്തിൽ ഫേസ്ബുക്കിൽ പലപ്പോഴായി എഴുതിയ കുറിപ്പുകളിൽ ചിലതാണ് പുസ്തകരൂപത്തിൽ ഇപ്പോൾ വായനക്കാരന്റെ കയ്യിൽ ഉള്ളത്.

എന്നാൽ, ഇത് കരുമാടിയുടെ ചരിത്രമല്ല. ഭാവനാത്മകമായ മനസ്സുകളിൽ നിന്ന് കേൾവി കൊണ്ടവ മാത്രമാണിവ. പഴയതൊന്നിനേയും അത്ര വേഗം കൈവിടുന്നവരല്ല കരുമാടിക്കാർ. പുതിയ കാലത്തിലേക്ക് കടക്കുമ്പോഴും ഒരു ഗ്രാമീണ മനസ്സ് കൈവിടാതെ സൂക്ഷിക്കുന്നു നമ്മൾ.

കരുമാടിയുടെ കാറ്റത്ത് ഇപ്പോഴും ചേറ്റ് മണമുണ്ട്. ഒറ്റ തോർത്തുടുത്ത് നടവരമ്പിലൂടെ നടുനിവർത്തി നടന്ന് നീങ്ങുന്നവരുണ്ട്. നാട്ടുനടപ്പുകളിൽ കുശലം പറഞ്ഞ് നടന്നു പോകുന്നവരുണ്ട്. ഒരോ മനുഷ്യർക്കും പറയാൻ ഒരായിരം കഥകളുണ്ട്.

കാലത്തിനൊപ്പം കടന്ന് പോകുന്ന കഥകളെ ചേർത്ത് പിടിക്കാനുള്ള കുഞ്ഞു ശ്രമമാണ്. ഇറങ്ങിയപ്പോഴാണ് ഇവിടം കഥകളുടെ ഒരു കടലാണെന്ന് മനസ്സിലാകുന്നത്. ഒരു കൈക്കുമ്പിളെങ്കിലും കോരിയെടുക്കാൻ പറ്റിയാൽ ഭാഗ്യം.

മഹാക്ഷേത്രങ്ങളായ അമ്പലപ്പുഴക്കും, തകഴിക്കും ഇടയിലുള്ള കരുമാടി എന്ന കൊച്ചു ഗ്രാമത്തിലെ അസംഖ്യം ആരാധാനാലയങ്ങളെ കുറിച്ചുള്ള വിവരണമാണിത്. ആമയിട, പടിഞ്ഞാറെ മുറി, പൂതിയോട്ടു മുറി, കിഴക്കേ മുറി എന്നിങ്ങനെ കരുമാടി കരയെ നാലായി തിരിച്ചിരിക്കുന്നു.

കരുമാടിയിലെ ക്ഷേത്രങ്ങൾ ദൈവ സങ്കല്പങ്ങളിലും ആരാധനാരീതികളിലും വ്യത്യസ്തത പുലർത്തുന്നതോടൊപ്പം പര

സ്പരപൂരകമായി പ്രവർത്തിക്കുന്നവ കൂടിയാണ്.

ചരിത്രവും, ഐതിഹ്യങ്ങളും കഥകളുമൊക്കെ കെട്ട് പിണഞ്ഞു കിടക്കുന്ന നമ്മുടെ ഗ്രാമ ദൈവങ്ങളുടെ പൊരുളറിയുന്നവർ കടന്നു പോയിക്കഴിഞ്ഞു.

അവശേഷിക്കുന്നവരിൽ നിന്ന് അറിവടയാളങ്ങളെ ചേർത്ത് പിടിച്ച് കോർത്തെടുക്കാനുള്ള എളിയ ശ്രമം മാത്രമാണിത്.

കുട്ടനാടൻ ഗ്രാമമായ കരുമാടിയുടെ സ്വച്ഛതയിലാണ് ഞാൻ ജനിച്ചതും വളർന്നതും. കാമപുരത്തു കാവിലമ്പലത്തിന്റെ മുറ്റത്തും കളിത്തട്ടിലും, കരുമാടിക്കുട്ടന്റെ തിരുനടയിലുമൊക്കെയാണ് പിച്ചവെച്ചുനടന്നതും കളിച്ചുരസിച്ചതും. ഏതൊരു കരുമാടിക്കാരനെയും പോലെ പശുവിനെ വളർത്തിയും ഞാറു നട്ടും കളപറിച്ചും, കൊയ്ത്തും മെതിയുമാക്കെയായി കാർഷികജോലികൾ ചെയ്തും ചായക്കച്ചവടം നടത്തിയുമൊക്കെയാണ് മാതാപിതാക്കൾ എന്നെ വളർത്തിയത്.

അമ്മമണം എന്നത് കരുമാടിയുടെ ചേറുമണം കൂടിയാണ്. പാലും വെണ്ണയും ചാണകവുമൊക്കെയായി കഥ പറഞ്ഞുറക്കിയ അമ്മൂമ്മമാരുടെ പശുമണം വേറെയുമുണ്ട്. ആദ്യാക്ഷരം കുറിപ്പിച്ചത് ആശാനാണ്. സ്വപ്നം കാണാൻ പഠിപ്പിച്ചത് ചിറ്റയാണ്. രുചിക്ക് വെച്ചു വിളമ്പിയത് കുഞ്ഞമ്മയാണ്. വായനയിലേക്ക് പറഞ്ഞുവിട്ടത് വല്യമ്മാവനും കൊച്ചച്ഛനുമാണ്. അഭ്യാസങ്ങൾ ഒക്കെ പഠിപ്പിച്ചു കൂടെനിർത്തിയത് കൊച്ചമ്മാവനാണ്. ജീവിതം പഠിപ്പിച്ചുതന്നത് അച്ഛനാണ്.

തല്ലിക്കളിച്ചു വളരാനും താങ്ങായി നില്ക്കാനും ചേട്ടന്മാരും ചേച്ചിയുമുണ്ട്. കൂടെനടന്നു വളരാൻ അനിയൻമാരും.

കുട്ടിക്കാലം മുതൽ കൂട്ടുകൂടിയവർ കൂട്ടായി ഇപ്പോഴും കൂടെയുണ്ട്. കൂടെ കൂടിയവളും കുട്ടികളും എന്തിനും ഒപ്പമുണ്ട്. എപ്പോഴും കാവലായി കാമപുരത്തപ്പനും കാവിലമ്മയും കല്ലുമ്മേലമ്മയും കൂടെത്തന്നെയുണ്ട്. പറഞ്ഞാൽ തീരാത്തത്ര കടപ്പാട് എല്ലാവരോടുമുണ്ട്.

അക്ഷരവഴിയേ കൈപിടിച്ചു നടത്തിയ പെരുമ്പള്ളി നാരായണനാശാനും, മാതൃതുല്യം സ്നേഹിച്ച് പഠിപ്പിച്ച രാധാമണി ടീച്ചറിനും, ശാരദാമ്മ ടീച്ചറിനും, എന്നും പ്രോത്സാഹിപ്പിച്ച് ഒപ്പം നിന്ന എം കെ കേശവശർമ്മ സാറിനും പാദനമസ്കാരം.

സമൂഹ മാധ്യമങ്ങളിലെ കുറിപ്പുകൾ വായിച്ചു പ്രോത്സാഹിപ്പി ക്കുന്ന പ്രിയപ്പെട്ടവർക്ക്..

എന്റെ പ്രിയപ്പെട്ട നാട്ടുകാർക്ക്..

കഥ കേൾക്കാനിഷ്ടപ്പെടുന്ന കൂട്ടുകാർക്ക്..

എഴുതിയതെല്ലാം അച്ചടിച്ചു വരാൻ പ്രോത്സാഹിപ്പിക്കുന്ന ശ്രീ. പി. പ്രേമകുമാർ അമ്പലപ്പുഴക്ക്..

എഴുതാനും വായിക്കാനും പറയാനുമായി സാംസ്കാരിക സദസ്സുകളിൽ ഇടമൊരുക്കിയ കെ. കെ കുഞ്ചുപിള്ള സ്മാരക വായനശാല, കരുമാടിക്കുട്ടൻസ്, അമ്പലപ്പുഴ കുടുംബ വേദി തുടങ്ങിയ വിവിധ സാംസ്കാരിക സംഘടനകൾ...

പുസ്തകത്തിന് ഉചിതമായ ശീർഷകം വരച്ചുതന്ന ശ്രീ. ലക്ഷ്മൺ മാധവ്, പുറംചട്ട രൂപകൽപ്പനചെയ്തും രേഖാചി ത്രങ്ങളും പിൻകുറുപ്പും തന്നും ഒപ്പം നിന്ന പ്രിയ സുഹൃത്ത് കണ്ണൻ ഇമേജ്, ചിത്രങ്ങൾ വരച്ച മകൾ കൃഷ്ണവേണി, അവതാരികയെഴുതിയ ശ്രീ. ഹരികുമാർ ഇളയിടത്ത്, പ്രകാ ശനം ഏറ്റെടുത്ത ബോധി ബുക്സ് എന്നിവർക്കും ഹൃദയം നിറഞ്ഞ നന്ദി ഇവിടെ കുറിക്കുന്നു.

എന്നെ സ്പർശിച്ചു കടന്നുപോയ, പറഞ്ഞതും പറയാത്തതു മായ എല്ലാത്തിനേയും ഹൃദയത്തോടു ചേർത്തു നിർത്തി, ഇതാ ആദ്യ പുസ്തകം. സ്വീകരിച്ചാലും..

നന്ദി, സ്നേഹം

അനിഷ് പത്തിൽ

അവതാരിക

ഓരോ നാടിനും വരുന്ന തലമുറകളോടു പറയാൻ ഒരായിരം കഥകളുണ്ടാവും. പഴങ്കഥകളായും പഴമ്പാട്ടുകളായും ഐതിഹ്യപ്പെരുമകളായും പുരാവൃത്തങ്ങളായുമൊക്കെ ഈ കഥകൾ നമുക്കു മുന്നിൽ പട്ടുചുറ്റി, പള്ളിവാളും പേറി വെളിപ്പെട്ടു നിൽക്കുന്നു. വർഗ്ഗീകരിച്ചു പഠിച്ചാൽ, ഇത്തരം കഥകളും പാട്ടുകളും പുരാവൃത്തങ്ങളുമെല്ലാം, എത്രയോ കാലങ്ങളായി ഗർഭത്തിൽ പേറിയിരിക്കുന്ന ചരിത്രശകലങ്ങളെ വിശ്ലേഷിച്ചറിയാനും മനസ്സിലാക്കാനും പഠിക്കാനും നമുക്കു കഴിയും. എന്നല്ല, ഈ കഥകളും പാട്ടുകളുമെല്ലാം വാമൊഴികളായിത്തന്നെ ഇപ്പോഴും നിലകൊള്ളുകയും ചെയ്യുന്നുവെന്നതാണ് വസ്തുത. അവയെല്ലാം, വിസ്മൃതിയുടെ ആഴങ്ങളിലേക്ക് ആണ്ടുപൂണ്ടു പോകാതെ, ശേഖരിച്ചു സൂക്ഷിക്കാനോ അച്ചടിച്ചു സംരക്ഷിക്കാനോ അധികമാരും മെനക്കെട്ടു കാണുന്നില്ല എന്നതാണ് ഇപ്പോഴത്തെ സ്ഥിതി. എന്നല്ല, ആർക്കും അതിനൊട്ടു നേരമില്ലതാനും. അങ്ങനെ ക്ലേശം സഹിച്ചു സംഭരിച്ചാലോ, അവകൊണ്ട് അധികമൊന്നും പ്രതീക്ഷിക്കാനുമില്ല. അതാവാം യുവതലമുറ ഇതിൽനിന്നൊക്കെ ഒഴിഞ്ഞു നിൽക്കുന്നതിനുള്ള പ്രധാന കാരണവും. ഈ പശ്ചാത്തലത്തിലാണ് അനിഷ് പത്തിലിന്റെ പരിശ്രമം ഏറെ പ്രസക്തവും ശ്ലാഘനീയവുമാകുന്നത്.

കുട്ടനാടിന്റെ ഭാഗമായ കരുമാടിയിലെ മുതിർന്ന തലമുറകൾ ഓർമ്മയിൽ കരുതിവെച്ച ഒരുപിടി നാട്ടുകഥകളാണ് അനിഷ് സാഹസപ്പെട്ടു സംഭരിച്ച 'മറുതാക്കാല'ത്തിലുള്ളത്. കൊട്ടാരത്തിൽ ശങ്കുണ്ണിയുടെ ഐതിഹ്യമാലയിലേതു പോലെ, വായന

ക്കാരുടെഹൃദയത്തിൽ സംഭ്രമവും ഭക്തിയും അത്ഭുതാദരവും നിറക്കുന്ന മുഹൂർത്തങ്ങൾ കൊണ്ടു സമ്പന്നമാണ് ഈ രചന. പേരു സൂചിപ്പിക്കും പോലെ തന്നെ, മറുതയാണ് ഈ ആഖ്യാനങ്ങളിലെ കേന്ദ്ര കഥാപാത്രം.

നവോത്ഥാനത്തിന്റെ പ്രതാപകാലത്ത് അന്യം നിന്നുപോയതും, തൊഴിലാളികളും സാധാരണക്കാരും കർഷകരുമടങ്ങുന്ന ഗ്രാമീണ കേരളത്തിലെ പാരമ്പര്യ ജീവിതങ്ങളിൽ നിന്നു പാടേ തുടച്ചു മാറ്റപ്പെട്ട ഒരധിദേവതയാണ് മറുത. കാവോ, തറയോ, ഒക്കെയായിരുന്നു അവരുടെ വിഹാരഭൂമി. എന്നാൽ, മറുതയെന്ന വാക്ക് ഇന്നത്തെ തലമുറയിൽ, 'ഏതോ പ്രാകൃത മൂർത്തി'യെന്ന വികാരമേ-അധമ വികാരമേ- ഉണ്ടാക്കുകയുള്ളൂ എന്നത് മറക്കുന്നില്ല. അതിനു കാരണക്കാരാകട്ടെ, നമ്മുടെ ബഹുമാന്യരായ നവോത്ഥാന നായകന്മാർ തന്നെയാണെന്നതും മറച്ചുവെക്കേണ്ട സംഗതിയല്ല.

മറുതായ്

ഗ്രാമത്തിന്റെ അമ്മ ദേവതയാണ് മറു-തായ്. വസൂരിയുടെ വിത്തെറിയുന്നത് ഈ അമ്മയാണെന്നു പ്രാചീനർ വിശ്വസിച്ചു. എന്നല്ല, വസൂരിയുടെ അധിദേവതയായിതന്നെ മറുതയെ സങ്കൽപ്പിക്കുന്നവരും കുറവല്ല. അതിനാൽ, അമ്മയ്ക്ക് അഹിതമായിട്ടെന്തെങ്കിലും സംഭവിച്ചാൽ 'വിത്ത് വാരി വിതറു'മെന്നായിരുന്നു പഴമൊഴി. വസൂരി പരത്തുന്നതിന് / പരക്കുന്നതിന് മധ്യതിരുവിതാംകൂറിലെ മുതിർന്ന തലമുറയുടെ വാമൊഴി വഴക്കമാണ് 'വിത്തെറിയുക' എന്നത്.

'തായ്' ദേവതാസങ്കല്പം പൂർണ്ണമായി നൽകാത്തതുകൊണ്ട് മറുത (മറുതായി) എന്ന ദേവതയെ അപ്രകാരം വിളിക്കുന്നു എന്നൊരു പക്ഷമുണ്ട്. യക്ഷി സങ്കല്പവും മറുതയിൽ ആരോപിക്കുന്നവരുണ്ട്.

പണ്ടാരമറുതാ, കാലകേശി മറുതാ, പച്ചമറുതാ, കരിമറുതാ, പിള്ള മറുതാ, പാണ്ടി മറുതാ, ഈശാന്തൽ മറുതാ എന്നിങ്ങനെ മറുതകൾ പലവിധമുണ്ട്. ഓരോ മലകളാണ് ഈ ദേവതകളുടെ സങ്കേതം എന്നാണ് സങ്കല്പം.

കോലം തുള്ളലിലും പടയണിയിലും മറുതാക്കോലം തുള്ളാറുണ്ട്. പടയണിയിൽ മറുതാക്കോലം പ്രസിദ്ധമാണ്. കാലകേശി, നീലകേശി, കരിമറുത, പണ്ടാരമറുത, ഈശാന മറുത

എന്നിവ മറുതാക്കോലങ്ങളുടെ കൂട്ടത്തിൽപ്പെടുന്നവയാണ്. മറുതാക്കോലങ്ങൾ വഴിപാടായി കെട്ടിച്ച് തുള്ളിയുറയുന്നതോടെ ആ വ്യക്തിക്കും കുടുംബത്തിനും വസൂരി വരികയില്ലെന്നായിരുന്നു പഴയകാലത്തെ വിശ്വാസം. പടയണിയിൽ മറുതക്കോലം ഒറ്റപ്പാളയിലാണ് ചിത്രീകരിച്ചിരിക്കുന്നത്.

ദാരികാസുരന്റെ ഭാര്യയാണ് ഈ ദേവതയെന്ന് ചിലർ കരുതുന്നു. മറുതയെ ഒരു ദുർദേവതയായി സങ്കൽപ്പിക്കുന്നവരും ഉണ്ട്.

മധ്യതിരുവിതാംകൂറിൽ മറുതാച്ചി നടകളുണ്ട്. മറുത തന്നെയായിരുന്നു ഇവിടങ്ങളിലെ പൂർവ്വകാല ദേവത. ഇന്നത് ഭദ്രകാളിയും ശിവനുമൊക്കെയായി പരിവർത്തിക്കപ്പെട്ടു. പുലയ സമുദായക്കാരുടെ ക്ഷേത്രങ്ങളാണ് അവയിൽ പലതും. കാളകെട്ടുത്സവം ഇവിടങ്ങളിലെ പ്രത്യേകതയാണ്. മാവേലിക്കര റെയിൽവേ സ്റ്റേഷനു സമീപവും തട്ടാരമ്പലത്തിനടുത്ത് മറ്റത്തും പ്രസിദ്ധമായ മറുതാച്ചി നടകളുണ്ട്.

വാസ്തവത്തിൽ നാട്ടായ്മയുടെ ഉടലും ഉയിരും ഉയിർപ്പുമായിരുന്നു ഇത്തരം നാട്ടു ദേവതകൾ. നാട്ടുകാരോടൊപ്പം ഉണ്ടും ഉറങ്ങിയും ഉണർന്നും സഹവർത്തിച്ചിരുന്നവരാണ് ഈ നാട്ടു ദേവതമാർ. ലോകമെമ്പാടും പ്രാചീന സമൂഹത്തെ ചൂഴ്ന്നു നിന്നിരുന്ന അമ്മ ദേവതാരാധനയുടെ മലയാള / പ്രാദേശിക ഭാഷ്യങ്ങളായിരുന്നു അവർ. മറുതയും ഒറ്റമുലച്ചിയും കാളിയും ചാവുണ്ടിയും, പത്തിരകാളിയും കൂളിയുമെല്ലാം അങ്ങനെ തായ്പ്പരദേവതകളായി പൂജിക്കപ്പെട്ടു. പെറ്റമ്മയെപ്പോലെ, അല്ലെങ്കിൽ അതിനേക്കാൾ പ്രിയങ്കരിയായ മറ്റൊരമ്മ-അഥവാ മറ്റൊരു തായ- അതായിരുന്നു അവർക്ക് മറുത. മറുതായയാണ് മറുതയായി നിത്യ വ്യവഹാരത്തിൽ ഉറച്ചു പോയതെന്ന് ഭാഷാ ശാസ്ത്രകാരന്മാരും സൂചിപ്പിക്കുന്നുണ്ടല്ലോ.

മന്ത്രങ്ങൾ അവർക്കു പരിചിതമല്ലായിരുന്നു. അഥവാ മന്ത്രങ്ങൾക്ക് അതീതരായിരുന്നു ഇത്തരം നാട്ടു ദേവതകൾ. എന്നല്ല, മന്ത്രങ്ങൾ അവർക്കന്യവുമായിരുന്നു. ഈ നാട്ടു ദേവതമാർ, എന്നുമെപ്പോഴും വരേണ്യ പൗരോഹിത്യത്തിന്റെ പടിക്കെട്ടുകൾക്കപ്പുറത്തായിരുന്നതിനാലാണ് അങ്ങനെ സംഭവിച്ചത്. അതു സ്വാഭാവികവുമായിരുന്നു. മന്ത്രങ്ങൾക്കു പകരം ചൊൽവഴക്കങ്ങളായിരുന്നു അവർക്കു പഥ്യം. ചാറ്റുപാട്ടും,

തോറ്റങ്ങളുമായിരുന്നു അവരെ പ്രീതിപ്പെടുത്തിയത്. അവർക്കു പരിചയവുമതായിരുന്നു. വലിയപ്പൂപ്പൻ, ചാവര്, മാടൻ, ഭൂതത്താൻ, പുലിച്ചാവ്, മണ്ണാറപ്പേയ്, കണ്ടകമൂർത്തി തുടങ്ങിയ ഉഗ്രമൂർത്തികളായ ദേവതമാർക്കു മുന്നിൽ ഉർവ്വരതാഘോഷങ്ങളായി ബലിയും കുരുതിയും ഇടംപിടിച്ചു. കളമെഴുത്തും, കോലം കെട്ടും, പടയണിയും, കുലവാഴവെട്ടും തീപ്പന്തങ്ങളുമെല്ലാം കൂടി അലൗകികമായ ഒരു അന്തരീക്ഷം സൃഷ്ടിച്ചുകൊണ്ട് ഇത്തരം അനുഷ്ഠാന നാടകങ്ങൾക്കു പൊലിമ നൽകി.

കാലം പോയതോടെ, വിശേഷിച്ചും നവോത്ഥാനാനന്തരം, ഇത്തരം ദേവതകളുടെ ഇരിപ്പിടങ്ങളായ കാവുകളും കളങ്ങളും മലകളും ചിത്രകൂടങ്ങളും മഠങ്ങളുമെല്ലാം പരിവർത്തനത്തിനു വിധേയമായി. അവിടങ്ങളിൽ നിന്നെല്ലാം ദൈവത്തിന്റെ വെളിച്ചപ്പെടലുകളെ പാടെ ഉപേക്ഷിക്കുകയും, അവർ പൗരോഹിത്യത്തിനു കുടപിടിക്കുന്ന, കവടിപ്പുരകളിൽ അഭയം തേടുകയും ചെയ്തു. അതോടെ മലകളെല്ലാം ഇടിഞ്ഞു നിരപ്പാവുകയും കാവുകളൊക്കെ പടംപൊഴിച്ച് പറമ്പുകളായി മാറുകയും ചെയ്തു. പകരം, ഇവിടങ്ങളിലെല്ലാം ക്ഷേത്ര നിർമ്മാണവും പുനഃപ്രതിഷ്ഠകളും പതിവു കാഴ്ചകളായിത്തീർന്നു. അതോടെ പ്രാഗ്ജനത പിന്തുടർന്നു വന്ന അനു ഷ്ഠാന ശേഷിപ്പുകളും അവരുടെ അധിദേവതകളും ഓർമ്മകളുടെ മ്യൂസിയത്തിലേക്ക് നടതള്ളപ്പെട്ടു. പുതിയ പൗരോഹിത്യമാകട്ടെ, കുടിയിറക്കപ്പെട്ട ഇത്തരം നാട്ടുദേവതകളുടെ ഇരിപ്പിടങ്ങളിൽ ഭദ്രയെയും ദുർഗ്ഗയെയും ശിവനെയും ശാസ്താവിനെയും പ്രതിഷ്ഠിച്ചു പൂജിച്ചു തുടങ്ങി. എന്നാൽ, അത്തരമിടങ്ങളിൽ നിന്നുപോലും നാട്ടുകാർ പിന്തുടർന്നു വന്ന പ്രാചീന/പാരമ്പര്യ അനുഷ്ഠാനങ്ങളിൽ പലതും പൂർണ്ണമായും മായ്ച്ചു കളയാൻ പൗരോഹിത്യത്തിന് കഴിഞ്ഞില്ലയെന്നതാണ് നേര്. തോറ്റമായും കുത്തിയോട്ടമായും മറ്റുപല അനുഷ്ഠാനങ്ങളായും പൗരോഹിത്യക്ഷേത്രങ്ങളിൽ പാരമ്പര്യവഴക്കം മുറിയാതെ തുടർന്നു.

നാട്ടു ദേവതമാരുടെ ഈവിധ പരിവർത്തനങ്ങളിലും കാലംചെയ്യലിലും- ഉള്ളുരുക്കത്തോടെ- നിശബ്ദം ഖേദിക്കുകയും നിർവ്യാജം വേദനിക്കുകയും ചെയ്യുന്ന ഒരു മനസ്സ് മറുതക്കാലത്തിന്റെ എഴുത്തുകാരനിൽ നമുക്കു ദർശിക്കാം. ഈ

പുസ്തകത്തിന്റെ ചിരന്തനമായ പ്രസക്തിയും ഈ വേദന തന്നെയാണ്. അത് അനുഭവിച്ചറിയാൻ, പുസ്തകത്തിലൂടെ ശ്രദ്ധാപൂർവ്വം കടന്നുപോകുന്നൊരാൾക്ക് വളരെവേഗം കഴിയുമെന്നു തന്നെ യാണ് ഉറച്ച വിശ്വാസം.

എന്നാൽ ഇതൊന്നുമല്ല ഈ പുസ്തകത്തെ ശ്രദ്ധേയമാക്കുന്നത്. പുസ്തകത്തിലുടനീളം നിറഞ്ഞു നിൽക്കുന്ന നാട്ടുവ്യവഹാരത്തിന്റെ ചൈതന്യമാണ് പുസ്തകത്തിന്റെ സവിശേഷ സൗന്ദര്യം.

ഒരുദാഹരണം: *'കരുമാടിയുടെ കാറ്റത്ത് ഇപ്പോഴും ചേറ്റ് മണമുണ്ട്'* (പേജ് 9) - തനിനാടൻ വഴക്കമാണിത്. വ്യാകരണവാദികൾ 'കാറ്റിൽ' എന്നു വേണമെന്നു നിഷ്കർഷിച്ചേക്കാം. പക്ഷേ, മൊഴിവഴക്കത്തിന്റെ ചന്തം സൂക്ഷിക്കാൻ കാറ്റത്ത് എന്നതാണ് ഉത്തമം. മറ്റൊന്ന് ഇതാ: *'ഒന്നിനുപിറകെ ഒന്നായി വീടുകൾ കയറിയിറങ്ങി പൊറുതിയാക്കി കടന്നുപോകും. പലദിവസങ്ങളിലും ഇത് പുലരുവോളം നീളും. ചിലരൊക്കെ മസൂരിദീനം വന്നു ചത്തുപോകും. അവരെ പറമ്പിൽ വഴുകപ്പണത്തിന് ചുറ്റിക്കെട്ടി എടുക്കും. പറമ്പിൽ ആഴത്തിൽ കുഴികുത്തിമൂടും. ആ വീടുകളിലൊക്കെ പൊറു തിയാക്കി കുരുതിയും നടത്തിയേ പോരൂ'* (പേജ് 45).

പൊറുതി, ദീനം, ചത്തുപോവുക, വഴുകപ്പണം, കുഴികുത്തിമൂടും, പൊറുതിയാക്കി - നാലോ അഞ്ചോ വാചകങ്ങളിൽ ഇത്രയും ഗ്രാമ്യങ്ങൾ (slangs). നാടിന്റെ തനിമയുള്ള പ്രയോഗങ്ങൾ. പുത്തൻ കൂറ്റുകാരിൽനിന്നന്യമാകുന്ന ഇത്തരം ഒത്തിരിയൊത്തിരി പദകോശങ്ങൾ വായനക്കാരനു മുന്നിലേക്കു വാരിവിതറുകയാണ്, എഴുത്തുകാരൻ. അതൊക്കെ കേവലം സംസ്കാര പഠിതാക്കൾക്കു വേണ്ടി മാത്രമായല്ല എന്നതാണു ശ്രദ്ധേയം.

അനിഷിന്റെ ആഖ്യാനത്തിന്റെ ഒതുക്കവും സവിശേഷതകളും വെളിവാക്കുന്ന ഒരു രംഗംകൂടി സൂചിപ്പിക്കാതെ തരമില്ല.

'മറുത സകല രൗദ്രത്തോടെയും അലറിത്തുള്ളുന്നു.

'കൊണ്ടുവാ.. '

പുലർച്ചയിലേക്ക് ശബ്ദം ഉയർന്നു തെറിച്ചു.

കെട്ടിയിട്ടിരുന്ന കരിങ്കോഴിയെ കാലിൽ തൂക്കി കയ്യിലേക്ക്

കൊടുത്തു. അത് ചിറകടിച്ച് തലയുയർത്താൻ നോക്കി. രൗദ്രം കൊടുമ്പിരി കൊണ്ടു. കോഴിയെ കാലിലും കഴുത്തിലുമായി വട്ടം ചുഴറ്റി തുള്ളി.

അലർച്ച...

മുറുക്കിപ്പിടിച്ച് കോഴിയുടെ കഴുത്ത് കടിച്ചു മുറിച്ചു. തൂമ്പു തുറന്ന പോലെ ചോര ചീറ്റി തെറിച്ചു... '(പേജ് 58).

വാക്കുകളിലെ മിതത്വമാണിവിടുത്തെ പ്രത്യേകത. അഥവാ, മിതമായും സാരവത്തായുമുള്ള അന്തരീക്ഷസൃഷ്ടി. എന്നാൽ, അതു വായനക്കാരിൽ എത്രയെത്ര ദൃശ്യാനുഭവങ്ങളായാണ് പ്രതിധ്വനിക്കുന്നത്. ! ഇത്തരം വാങ്മയങ്ങൾ പുസ്തകത്തിലുടനീളം കാണാം.

ദീർഘിപ്പിക്കുന്നില്ല. ഒരുകാര്യം മാത്രം സൂചിപ്പിക്കട്ടെ: ശാസ്ത്രത്തിന്റെ കേവലയുക്തിയോ രാഷ്ട്രീയ ശരികളോ കൊണ്ടല്ല, ജനവിജ്ഞാനീയത്തിന്റെ ഈടുവെയ്പുകളെ അളക്കേണ്ടത്. എന്നല്ല, ചരിത്രശാസ്തത്തിന്റെ സാമൂഹിക വീക്ഷണവും ശാസ്ത്രീയ പരിചരണവും ആവശ്യപ്പെടുന്നുണ്ട് ഇത്തരം പാരമ്പര്യാനുഷ്ഠാനങ്ങൾ. അതിനാൽത്തന്നെ, സൗന്ദര്യ ശാസ്ത്രത്തിന്റെയും സംസ്കാര പഠനത്തിന്റെയും നരവംശ ശാസ്ത്രത്തിന്റെയും മാനദണ്ഡങ്ങളാൽ ഇത്തരം പാരമ്പര്യവഴക്കങ്ങളെ മൂല്യനിർണ്ണയം നടത്തുന്നതാണുചിതം. അങ്ങനെയായാൽ, ഇന്നത്തെ ജാതീയമായ വൈജാത്യങ്ങളടക്കമുള്ള വലിയ വലിയ സമസ്യകൾക്ക് ശാസ്ത്രീയമായ സമാധാനം ലഭിക്കുമെന്നുള്ളതു തീർച്ചയാണ്.

രണ്ടു ഭാഗങ്ങളായാണ് പുസ്തകം സംവിധാനം ചെയ്തിരിക്കുന്നത്. ആദ്യഭാഗത്ത് ക്ഷേത്ര സംസ്കാരത്തെ അടയാളപ്പെടുത്തുന്നു. കല്ലുമ്മേൽ മറുതാച്ചിയമ്മയും, കരുമാടിയിലെ അറുകൊലയുമാണ് ഇതിൽ ഉള്ളത്. രണ്ടാം ഭാഗം പുരാവൃത്തങ്ങളാൽ സമ്പന്നമാക്കിയിരിക്കുന്നു. ഭൂതകാലത്തെ വർത്തമാന കാലത്തോടു ചേർത്തു വിളക്കുന്നതിൽ ഇത്തരം വാമൊഴി സാഹിത്യത്തിന്റെ പങ്ക് നിസ്തുലമാണ്. അവയെ സഞ്ചയിക്കുന്നതിലൂടെ ഒരു കാലഘട്ടത്തിന്റെ സാമൂഹിക ചേതനനയെ ഭാഷയുടെ ഉൽപ്പന്നമായ നാടോടി സാഹിത്യത്തിലേക്ക് ആവാഹിച്ചെടുക്കുകയാണ് സമാഹർത്താവ് ചെയ്യുന്നത്. പുസ്തകത്തിന് അനുബന്ധമായി ചേർത്തിട്ടുള്ള അനുഷ്ഠാനവുമായി

ബന്ധപ്പെട്ട പദാവലികളുടെ അർത്ഥസൂചനയും വിശദീകരണക്കുറിപ്പുകളും, ഇന്നത്തെ തലമുറയ്ക്ക് ഏറെ ഉപകാരപ്പെടുമെന്നും ഉറപ്പാണ്.

ഭദ്രകാളിപ്പാട്ടിന്റെ ദീർഘപാഠവും ഇവിടെ ഉൾപ്പെടുത്തിയിട്ടുണ്ട്. അനുവാചകർക്ക് ഏറെ ഉപകാരപ്പെടും.

പാരമ്പര്യവഴക്കങ്ങളോടുള്ള മലയാളികളുടെ സഹജമായ അലസതയും അനാസ്ഥയും നിമിത്തം മൺമറഞ്ഞു പോകുമായിരുന്ന ഒരുപിടി നാട്ടുകഥകളെ ചരിത്രപ്പെടുത്തിയിരിക്കുന്നുവെന്ന കാരണത്താൽ - കുട്ടനാട്ടുകാർ, എന്നല്ല, മലയാളികൾ ഒന്നടങ്കം - അനിഷിനോടു കടപ്പെട്ടിരിക്കുന്നുവെന്നതാണു വാസ്തവം.

പ്രാദേശിക ചരിത്ര പഠനത്തിനും സംസ്കാര പഠനത്തിനും മികച്ച ഉപാദാനമാണ് കുട്ടനാടൻ വാമൊഴിക്കഥകളുടെ സമാഹാരമായ ഈ പുസ്തകമെന്നത് നിസ്തർക്കമാണ്.

- ഹരികുമാർ ഇളയിടത്ത്

അകം

ഭാഗം ഒന്ന്

കരി

കരുമാടിയുടെ നാട്ടുദേവതകൾ

കരുമാടിയുടെ നാട്ടുകഥകളിൽ നിറഞ്ഞുനിൽക്കുന്ന
നാട്ടുദേവതയുടെ വാമൊഴി ചരിത്രം

കരുമാടി

ആലപ്പുഴ ജില്ലയിൽ അമ്പലപ്പുഴ താലൂക്കിൽ അമ്പലപ്പുഴ തെക്ക് ഗ്രാമ പഞ്ചായത്ത്, പുറക്കാട് ഗ്രാമപഞ്ചായത്ത്, തകഴി ഗ്രാമ പഞ്ചായത്ത് എന്നിവ പങ്കിട്ടെടുക്കുന്ന ഒരു കുട്ടനാടൻ കാർഷിക ഗ്രാമമാണ് കരുമാടി.

ദേശീയ പാതയെ എം സി റോഡുമായി ബന്ധിപ്പിക്കുന്ന അമ്പലപ്പുഴ തിരുവല്ല സംസ്ഥാന പാതയിൽ, അമ്പലപ്പുഴക്കും തകഴിക്കും ഇടയിലാണ് കരുമാടിയുടെ സ്ഥാനം.

പമ്പയുടെ കൈവഴിയായി ഒഴുകുന്ന പുക്കൈതയാറ്, വടക്കേ അതിരു പങ്കിടുമ്പോൾ, നെടുകയും കുറുകയുമായി അസംഖ്യം തോടുകൾ ഞരമ്പുകൾ എന്നതു പോലെ ഗ്രാമത്തെ ചുറ്റിപ്പിണഞ്ഞു കിടക്കുന്നു. അതിൽ പ്രധാനമാണ് കോട്ടപ്പുറം കൊല്ലം ദേശീയ ജലപാതയുടെ ഭാഗമായ കരുമാടിത്തോട്.

ഒരു കാലത്ത് കാമപുരം എന്നായിരുന്നു ഈ നാടിന്റെ പേര്. കാമപുരം എന്നത് ഇന്ന് അത് ക്ഷേത്രത്തിന്റെ പേരായി മാത്രം ചുരുങ്ങിയിരിക്കുന്നു. 'പുരം' ചേർന്ന സ്ഥലനാമങ്ങൾ രാജഭരണവുമായി ബന്ധപ്പെട്ടാണ് ഉണ്ടായിട്ടുള്ളതെന്നാണ് ചരിത്രകാരന്മാരുടെ അഭിപ്രായം. ആ നിലയ്ക്കും കാമപുരം എന്ന പേരിന് പ്രസക്തിയുണ്ട്. കാമപുരം എന്നാൽ ഐശ്വര്യം വസിക്കുന്ന ഇടം എന്നാണ് അർത്ഥം. ഇത് ഒരുകാലത്ത് നമ്മുടെ നാടിന്റെ സമൃദ്ധിയെയും ഐശ്വര്യത്തെയും കൂടിയാണ് സൂചിപ്പിക്കുന്നത്.

ആയിരക്കണക്കിന് വർഷങ്ങളുടെ പഴക്കമാണ് കാമപുരം ക്ഷേത്രത്തിനുള്ളത്. വട്ടെഴുത്തിലുള്ള പുരാലിഖിതങ്ങൾ ക്ഷേത്രത്തിൽ പലയിടത്തായി ഇന്നും കാണാം. ചെമ്പകശ്ശേരിയുടെ ദേശദേവതയായി ശ്രീ മഹാ ഭദ്രകാളി വാഴുന്നിടം കൂടിയാണ് കരുമാടി *കാവിൽ ക്ഷേത്രം.

ഒരു തീ പിടുത്തത്തിൽ കത്തി പോയതിൽ അവശേഷിച്ച ഒരു ഭാഗം എന്ന നിലക്ക് കരിഞ്ഞ മാടി അഥവാ പ്രദേശം ആണ് കരുമാടിയായത് എന്നാണ് സ്ഥലനാമ പുരാണം. മഹാഭാരത കാലത്തെ ഖാണ്ഡവവനം ദഹിപ്പിച്ചതുമായി ഇതിനെ കൂട്ടി ചേർത്ത് പറയാറുണ്ട്. വനം കത്തിയമർന്നതിന്റെ അവശേഷിപ്പുകളായി മണ്ണിനടിയിൽ ഇന്നും കാണ്ടാമരങ്ങൾ കാണാം.

പിന്നീട് കൃഷിക്കനുയോജ്യമാക്കി മാറ്റിയെടുത്ത പ്രദേശങ്ങൾ കരിനിലങ്ങൾ എന്ന് അറിയപ്പെടുന്നു... രാമങ്കരി, കുമരങ്കരി, ചേന്നങ്കരി, കുരുവാറ്റ, കരിപ്പുഴ തുടങ്ങി കുട്ടനാട്ടിലെ പല പ്രദേശങ്ങളും ഈ കരിയുമായി ബന്ധപ്പെട്ട് പേര് കിട്ടിയവയാണ്.

എ. ഡി. ഒന്നു മുതലുള്ള സംഘകാലത്തിൽ ഈ നാട് കുട്ടനാട് എന്നാണ് അറിയപ്പെട്ടിരുന്നത്. ചെങ്കുട്ടവൻ എന്ന ചേര രാജാവ് കുട്ടനാട് ഭരിച്ചിരുന്നതായും പറയുന്നുണ്ട്. ആയ് രാജാവായിരുന്ന വിക്രമാദിത്യ വരഗുണന്റെ കാലത്ത് ലോക പ്രശസ്തമായിരുന്ന ശ്രീമൂലവാസം എന്ന ബുദ്ധവിഹാരം ഇവിടെയായിരുന്നു എന്ന് ചരിത്രകാരന്മാർ കണക്കാക്കുന്നു

അതിന്റെ അവശേഷിപ്പാണ് കരുമാടിക്കുട്ടൻ. ശ്രീമൂലവാസം പിന്നീട് കടലെടുത്തു പോയതായി കരുതുന്നു. കൃഷിക്കും താമസത്തിനുമായി മനുഷ്യന്റെ അശ്രാന്തമായ അധ്വാനം കൊണ്ട് രൂപപ്പെടുത്തി എടുത്തതാണ് ഇന്ന് കാണുന്ന കരുമാടിയുടെ കരയും തോടും പാടവും എല്ലാം.

ചെമ്പകശ്ശേരി

ചെമ്പകശ്ശേരി എന്ന നാട്ടുരാജ്യം രൂപപ്പെട്ടപ്പോൾ അതിന്റെ ഭാഗമായി, കരുമാടി. കൃഷിയും കാലി വളർത്തലുമായിരുന്നു ജനങ്ങളുടെ തൊഴിൽ. ചെമ്പകശ്ശേരിക്ക് ആവശ്യമായ പാലും, തൈരും മോരും വെണ്ണയും, വരളി പോലെ മറ്റ് ഉല്പന്നങ്ങളും കരുമാടിക്കാരുടെ സംഭാവനയായിരുന്നു.

അതുകൊണ്ട് കരുമാടിയെ അമ്പലപ്പുഴയുടെ അമ്പാടി എന്ന് വിളിച്ചിരുന്നു.

പടയിൽ ഒന്ന് കരുമാടിക്കാർ ആയിരുന്നു. വെള്ളൂർ കളരി അതിന്റെ തുടർച്ചയാണ്. വേലകളിയിലൊരു പാതിയായി അത് തുടരുന്നു.

ചെമ്പകശ്ശേരി രാജാവിന്റെ കാലത്ത് പുതുക്കി പണിത കാമപുരത്ത് ക്ഷേത്രവും കാവിൽ ക്ഷേത്രവും ഇന്നും നിലകൊള്ളുന്നു.

നാനാ ജാതി മതസ്ഥരും ഒരുമയോടെ പാർക്കുന്നിടം കൂടിയാണ് കരുമാടി. എല്ലാവർക്കും പൊതുവായുള്ള ആരാധനാലയങ്ങളുണ്ടായിരുന്നു. കൂടാതെ, കുടുംബങ്ങളുടേയും

വ്യത്യസ്ത സമുദായങ്ങളുടെയുമായി വേറെയും ക്ഷേത്രങ്ങളും വെച്ചാരാധനകളും തുടർന്നു പോന്നിരുന്ന ഒരു സമൂഹമാണ് ഇവിടെ ഉള്ളത്. ഓരോരുത്തർക്കും അവരുടേതായ മൂർത്തികളും കുലാചാരപ്രകാരമുള്ള ആരാധനാ ക്രമങ്ങളും ഉണ്ട്.

ആ വൈവിദ്ധ്യം പിൻതുടർന്നു പോന്ന തലമുറയിൽ നിന്ന് മാറ്റം വന്നു തുടങ്ങുകയും എല്ലാം വൈദിക സമ്പ്രദായത്തിലേക്ക് മാറുകയും ചെയ്യുന്ന ഒരു പ്രവണത ഇപ്പോൾ വ്യാപകമാകുന്ന തായും കാണാം.

ആചാരങ്ങളിലും ആഘോഷങ്ങളിലും ജാതി മത വ്യത്യാസമില്ലാതെ പൊതുബോധത്തോടെ സഹകരിച്ചു പോരുന്നത് കരുമാടിയുടെ വലിയ പ്രത്യേകതയാണ്.

കാളിയും മറുതയും

ശക്തമായ ശാക്തേയ അടിത്തറയുള്ള മണ്ണാണ് കേരളം.

ദ്രാവിഡ സംസ്കാരത്തിന്റെ തുടർച്ചയായി അമ്മ ദൈവമായ ഭദ്രകാളിയെ വീടുകളിലും തറകളിലും കാവുകളിലും കളരികളിലും ക്ഷേത്രങ്ങളിലുമൊക്കെയായി വിവിധ രൂപത്തിലും ഭാവത്തിലും വൈവിദ്ധ്യമാർന്ന ആചാരങ്ങളോടെയും ആഘോഷങ്ങളിലൂടെയും ആരാധിച്ചു പോരുന്നു. പുരാതനമായ ഭദ്രകാളി പാട്ടിലും, പടയണി, മുടിയേറ്റ്, കളംപാട്ട് ഇവയുടെ യൊക്കെ പാട്ടുവഴക്കങ്ങളിലും ഈ വൈവിധ്യത്തെ നമുക്ക് അടുത്തറിയാം.

പടയണിയിൽ ഭൈരവിക്കോലത്തിനൊപ്പം തന്നെ കെട്ടിയാടുന്നവയാണ് മറുതാകോലവും. കറുത്ത മുഖത്തെഴുത്തും വലിയ ശരീരവും മുലകളുമായി തള്ള മറുതയ്ക്കൊപ്പം പിള്ള മറുതയും വന്ന് കളം നിറഞ്ഞാടുന്നത് പടയണിയുടെ വലിയ കാഴ്ചയാണ്.

ഭദ്രകാളിയുടെ പരിവാരങ്ങളിൽ പ്രധാനിയായാണ് മറുതയെ ഇവിടെ കാണുന്നത്. പക്ഷെ ആരാധനാ സമ്പ്രദായങ്ങളിൽ പ്രകടമായ വ്യത്യാസവും ഉണ്ട്. മറുതയെ വിഗ്രഹരൂപത്തിൽ പ്രതിഷ്ഠിക്കുക പതിവില്ല. കൗളാചാരപ്രകാരമുള്ള കർമ്മങ്ങൾ ആണ് ചെയ്യുന്നത്. കോഴിയെ വെട്ടുന്നതും കരിംകുരുതിയുമൊക്കെ ഇത്തരം മൂർത്തികളുടെ ആരാധനയിൽ

പ്രധാനമാണ്. അതുകൊണ്ട് തന്നെ ബ്രാഹ്മണ പൂജ പതിവില്ല. മഠം കെട്ടി കല്ലിലോ മരത്തിലോ സങ്കൽപ്പിച്ചിരുത്തി പൂജകൾ ചെയ്യാം. മന്ത്രമോ മുദ്രയോ ആവശ്യമില്ല. അതിനോടൊപ്പം പീഠവും വാളും വെക്കുന്നു.

ഭദ്രകാളിക്ക് കൊടുംവാൾ ആണ് ആയുധമെങ്കിൽ മറുതയ്ക്കത് നേർവാളാണ്. ഒന്നിച്ച് ആയുധമെഴുന്നെള്ളിക്കുമ്പോൾ കാളിക്കു പിന്നിലായാണ് മറുതയുടെ സ്ഥാനം. ഉറഞ്ഞു തുള്ളുന്നതും ആക്രോശിക്കുന്നതുമൊക്കെ മറുതയുടെ പ്രത്യേകതയാണ്. കരുമാടിയിൽ കാവിൽ ശ്രീഭദ്രകാളിയുടെ വലതു ഭാഗത്തായാണ് കല്ലുമ്മേൽ മറുതയുടെ സ്ഥാനം. ആരാധനാ സമ്പ്രദായങ്ങൾ വ്യത്യസ്തമാണെങ്കിലും ഒരുമിച്ചാണ് വരവും പോക്കും. അതുകൊണ്ടുതന്നെ ഭക്തർക്ക് ഇവർ ചേച്ചിയും അനിയത്തിയും ആണ്.

** കാവ് - 'ചിറുതൈവങ്ങൾക്കിടും പലി' എന്നാണ് കാവിന് തമിഴ് ലക്സിക്കൻ നൽകുന്ന നിർവ്വചനം. പൂർവ്വികർക്കു ബലിയിടുന്ന സ്ഥലം വിശുദ്ധമായ ഇടമായി കരുതുകയും പവിത്രമായി സംരക്ഷിക്കുകയും ചെയ്യും. അവിടെ ആയുധങ്ങൾ വിലക്കപ്പെടുന്നു. വൃക്ഷങ്ങളുംമറ്റു മുറിക്കപ്പെടാതെ ക്രമേണ അവിടം കാവായി രൂപപ്പെടുന്നു. പിൽക്കാലത്ത് അവ വിശുദ്ധവനങ്ങളായി തീരുകന്നു. ഇപ്രകാരം, പൂർവ്വികാരാധന / പിതൃപൂജയുമായി ബന്ധപ്പെട്ടാണ് കാവാരാധനയുടെ ഉൽപ്പത്തി. പിന്നീട് അവയെല്ലാം ക്ഷേത്രങ്ങളായി പരിവർത്തിച്ചു.*

ഒന്ന്

കല്ലുമ്മേൽ മറുതാച്ചിയമ്മ

കാമപുരത്ത് കാവിൽ ക്ഷേത്രങ്ങളോടൊപ്പം കരുമാടി നാല് മുറി കരക്കാർക്കും പൊതുവായി അവകാശമുള്ള ക്ഷേത്രമാണ് കല്ലുമ്മേൽ ക്ഷേത്രം.

ഇപ്പോൾ ക്ഷേത്ര വികസനത്തിനായി ഒരു ട്രസ്റ്റ് രൂപീകരിച്ച് അതിന്റെ മേൽനോട്ടത്തിലാണ് പ്രവർത്തനങ്ങൾ നടക്കുന്നത്.

അമ്പലപ്പുഴയിലെ പുരാതന ക്ഷേത്ര സങ്കേതങ്ങളിൽ ഒന്നാണ് ഇത്. മഹാകാളിയുടെ ഭൂതഗണങ്ങളിൽ ഒന്നായ മറുതയാണ് പ്രധാന ആരാധനാ മൂർത്തി.

"പൊന്ന് മറുതാച്ചിയമ്മേ... " എന്നാണ് വിളിച്ചു പോരുന്നത്.

കാവിൽ ഭദ്രകാളിക്കൊപ്പം ചേർത്തുനിർത്തിയാണ് മറുതാച്ചി യമ്മയെയും ആരാധിക്കുന്നത്.

ഇരു ക്ഷേത്രങ്ങളും പരസ്പരം ബന്ധപ്പെട്ടിരിക്കുന്നു. മഹാമാരിയുടെ കാലങ്ങളിൽ വസൂരിയെടുക്കാനായി രണ്ട് അമ്മമാരും ഒന്നിച്ചാണ് പോയിരുന്നത്. നാട്ടിലെ വ്യത്യസ്ത തറകളിലെ കുരുതിക്കളങ്ങളിലേക്ക് ഇപ്പോഴും യാത്ര ഒന്നിച്ചു തന്നെ.

കാവിൽ ക്ഷേത്ര ഉത്സവത്തിന് കല്ലുമ്മേൽ ക്ഷേത്രത്തിലേ ക്ക് കലശം[1] എഴുന്നെള്ളിക്കുന്നതും തിരിച്ച് കുലവാഴ വരവിലൂടെ[2] മറുതാച്ചിയമ്മ ഉത്സവത്തിൽ പങ്കെടുക്കാനായി കാവിലേക്ക് എഴുന്നെള്ളുന്ന ചടങ്ങും ഇപ്പോഴും നടന്നു പോരുന്നു. കാവിൽ ക്ഷേത്രത്തിലേക്കുള്ള പടയണി വരവിൽ കല്ലുമ്മേലമ്മയും ഒപ്പ മുണ്ടായിരുന്നു.

കാവിലമ്മയും കല്ലുമ്മേലമ്മയും ചേച്ചിയും അനിയത്തിയും ആയി കണ്ടാണ് ഭക്തർ ആരാധിക്കുന്നത്. എന്നാൽ

കാവിൽ ശ്രീ ഭദ്രകാളി ക്ഷേത്രം

ആരാധനാ സമ്പ്രദായങ്ങൾ തികച്ചും വ്യത്യസ്തമാണ്.

ഇവിടെ കൗള[3] മാർഗ്ഗത്തിലുള്ള ആചാരങ്ങളാണ് നടന്ന് പോന്നിരുന്നത്. മഠപ്പുരയും[4] പാട്ടുപുരയും[5] കെട്ടിയുള്ളതായിരുന്നു പഴയകാല ക്ഷേത്രം. പീഠവും വാളും വെച്ച് പൂജിച്ചു പോന്നു. നേരിട്ട് ഉള്ള ആരാധനക്കായിരുന്നു പ്രാധാന്യം. ഉത്സവ ചടങ്ങുകളിലും കുരുതി പൂജയിലും കോമരങ്ങൾ[6] കാർമ്മികത്വം വഹിക്കും. അരിയും പൂവും ഇട്ടുള്ള പൂജ പ്രധാനമാണ്. തിരുവായുധവുമായി നാല് മുറി കരയിലും പറക്കെഴുന്നള്ളിപ്പ് നടത്തും.

സാധാരണ ജനങ്ങളുടെ അടിസ്ഥാന കലകൾ ക്ഷേത്ര സന്നിധിയിൽ അവതരിപ്പിച്ച് പോന്നു. ഇപ്പോൾ അധികം കാണാത്ത മണ്ണാര് പാട്ട്[7] ഒക്കെ ഇവിടെ അവതരിപ്പിച്ചിരുന്നത് പഴമക്കാർ ഓർക്കുന്നു.

ഉത്സവം

കല്ലുമ്മേൽ ക്ഷേത്രം

മേടമാസത്തിലാണ് ഉത്സവം.

അഞ്ച് ദിവസമാണ് ഉത്സവകാലം. വെള്ളിയാഴ്ച കുരുതി വരത്തക്ക രീതിയിലാണ് ദിവസം കുറിച്ചിരുന്നത്. ഇപ്പോൾ പുനഃപ്രതിഷ്ഠാദിനമായ മൂലംനാളിലാണ് തുടങ്ങുന്നത്.

മുൻപ് ഉത്സവത്തിന് ഒരാഴ്ചമുമ്പായി തന്നെ നാലു കരകളിലുമായി പറയെടുപ്പ് [8] പൂർത്തിയാക്കും.

ദേവതയുടെ ഉടമസ്ഥതാസ്ഥാനക്കാരനായ ആളാണ് പൂന്നിപണിക്കർ. [9] അദ്ദേഹത്തെ കണ്ട് വെറ്റപാക്ക് പുകയില എന്നിവ സമർപ്പിച്ച് കാപ്പുകെട്ട് [10] അറിയിക്കും. കെട്ടാനുള്ള കാപ്പ് തയ്യാറാക്കുന്നത് പടിഞ്ഞാറെ മുറി ലക്ഷംവീട്ടിൽ ഗോപാലകൃഷ്ണന്റെ കുടുംബമാണ്.

തലേ ദിവസം തന്നെ ആചാരങ്ങളോടെ കാപ്പ് ക്ഷേത്രത്തിൽ എത്തിക്കും. കാപ്പുകെട്ടിന് കുറിച്ച സമയത്തിൽ അമ്മയുടെ ഉടവാൾ പൂന്നിപ്പണിക്കർ കോമരത്തിന് കൈമാറും.

പാട്ട് പുരയിൽ പ്രത്യേകം തയ്യാറാക്കിയ സ്ഥാനത്ത് പീഠവും വാളും സ്ഥാപിച്ച് കാപ്പ് കെട്ടുന്നു. ഈ ചടങ്ങിൽ വിശ്വകർമ്മ സമുദായത്തിൽ നിന്ന് ആചാരിസ്ഥാനത്ത് വലിയ പറമ്പിൽ

കുടുംബം തേങ്ങാ ഉടച്ച് ഫലം പറയുന്നു. കൊച്ച് കറുത്തശേരി എന്ന കൊല്ല കുടുംബ പ്രതിനിധികൾ ആയുധങ്ങൾ രാകി മൂർച്ച കൂട്ടി ചടങ്ങുകളിൽ ഭാഗഭാക്കാകുന്നു.

അകത്ത് വറത്തു പൊടി നേദ്യവും, പുറത്ത് അരിയും പൂവും തൂകുന്നതുമാണ് പ്രധാന ചടങ്ങ്. തിരുവായുധമേന്തിയ വെളിച്ചപ്പാടും[11] കോമരവും കൂടി ക്ഷേത്രത്തിന് ഏഴ് വലത്ത് വെച്ച് അരിയും പൂവും തൂകുന്നു. അവസാനം കൊടും കാളിക്കും അരിയും പൂവും തൂകും.

ഈ ചടങ്ങ് എല്ലാ ദിവസവും രാവിലെയും വൈകിട്ടും നടത്തിപ്പോന്നിരുന്നു.

താലപ്പൊലി[12]

വഴിപാട് താലപ്പൊലിക്ക് പട്ടും വെറ്റപാക്കും വെച്ച് ഭഗവതിയെ വീടുകളിലേക്ക് ക്ഷണിക്കുന്നു. വീടുകളിലേക്ക് തിരുവായുധം എഴുന്നെള്ളുന്നതിന് മുമ്പായി വെളിച്ചപ്പാട് കാവിൽ ക്ഷേത്രത്തിലെത്തി ആചാരപൂർവം അനുവാദം വാങ്ങിയിരുന്നു. അതിന് ശേഷം വീടുകളിലെത്തി കുരുതി നടത്തി താലപ്പൊലിയോടു കൂടി ക്ഷേത്രത്തിലേക്ക് തിരിച്ച് എഴുന്നെള്ളി താലം സമർപ്പിക്കും. ഇപ്പോൾ അഞ്ചാം ഉത്സവ ദിനം ദേശതാലപ്പൊലി നടത്തി പോരുന്നു.

തിരിപിടുത്തം

പ്രധാന വഴിപാട് ആണ് തിരിപിടുത്തം. ആളുകൾ വ്രതമെടുത്ത് മുൻപേ തയ്യാറാക്കിയ തിരികളും പന്തവും തെളിച്ച് ഈറനുടുത്ത് ക്ഷേത്രത്തിന് വലം വെച്ച് ചടങ്ങ് പൂർത്തിയാക്കുന്നു. ദുരിതങ്ങളിൽ നിന്ന് മോചനത്തിനും ഐശ്വര്യത്തിനുമായി നടത്തുന്ന ചടങ്ങാണിത്.

കുരുതിപൂജ

ക്ഷേത്രത്തിലെ അതിപ്രധാനമായ ചടങ്ങാണിത്. അഞ്ചാം ദിവസം അർദ്ധരാത്രിയോടെയാണ് കുരുതി തുടങ്ങുന്നത്. അതിനായി മൂന്ന് കുരുതിക്കളങ്ങൾ തയ്യാറാക്കി വെക്കും.

മുൻപ് വലിയ പറമ്പിലെ ആശാരി കുടുംബം ആയിരുന്നു ആൾപ്പന്തം തയ്യാറാക്കുന്നതും ഭദ്രകാളിപ്പാട്ട് പാടുന്നതും.

തെക്ക് പുറത്ത് കരിംകുരുതി[13]

പൂന്നിപ്പണിക്കർ മൂന്ന് കൈ കുരുതി കോരി വെളിച്ചപ്പാടിന് കൊടുക്കുന്നതോടെ ചടങ്ങ് ആരംഭിക്കും. പോളപ്പതത്തിൽ തിരുവായുധങ്ങളായ ശൂലവും വാളും കുത്തി നിർത്തി ഉറഞ്ഞ് തുള്ളി വെളിച്ചപ്പാട് കുരുതി തളിക്കും.

നടക്കൽ കുരുതി

ചടങ്ങുകൾ മുൻ പ്രകാരം തന്നെ.

വടക്കു പുറത്ത് കുരുതി

വെളുപ്പിനെ മൂന്ന് മണിയോടുകൂടിയാണ് ഈ കുരുതി നടക്കുന്നത്. വിശേഷപ്പെട്ട ചടങ്ങോടെയാണ് ഇത് നടത്തുന്നത്. ഇതിനായി കടുംനിണം[14] കുറുക്കുന്നു.

പാലരിപൂജ[15] എന്ന പ്രത്യേക ചടങ്ങും ഇതിനുണ്ട്. നേദ്യമായി വിശേഷാൽ പായസം തയ്യാറാക്കുന്നു. മുൻ കാലങ്ങളിൽ കോഴിയെ കുരുതി നൽകിയിരുന്നു.

ഭദ്രകാളിയുടെ പരിവാരങ്ങളായ മറുതയെയും മറ്റു ഭൂത പ്രേത പിശാചുക്കളേയും തൃപ്തിപ്പെടുത്തി നാടിന്റെ ദോഷം കളഞ്ഞ് രോഗ ദുരിതങ്ങളിൽ നിന്ന് മോചിപ്പിച്ച് ഐശ്വര്യം വരുത്തുന്നതിനായുള്ള കൗളാചാരപ്രകാരമുള്ള അതീവ പ്രാധാന്യമുള്ള ചടങ്ങുകളാണ് ഈ ക്ഷേത്രത്തിൽ നടന്ന് പോരുന്നത്.

പൂന്നിപ്പണിക്കർ

ദേവതയുടെ ഉടമ സ്ഥാനത്തുള്ളവരാണ് പൂന്നിപ്പണിക്കർ. ഇതൊരു സ്ഥാനപേരാണ്. ക്ഷേത്ര ചടങ്ങുകൾ ആചാരപ്രകാരം ഇദ്ദേഹത്തെ അറിയിച്ചു മാത്രം നടത്തണമെന്നാണ് ആചാരം. പത്തിൽ കുടുംബത്തിനാണ് ഇതിനുള്ള അവകാശം.

പത്തിൽ പപ്പുപ്പണിക്കർക്ക് ശേഷം പ്രശ്നവിചാരപ്രകാരം കണ്ടെത്തിയ പത്തിൽ ദിവാകരൻ നായർ ആണ് 1968 മുതൽ ഈ സ്ഥാനം വഹിക്കുന്നത്.

കർത്തേരിപ്പണിക്കർ

ഈഴവ കുടുംബമായ വേട്ടേക്കോട് കുടുംബാംഗങ്ങൾ ആണ് ഈ സ്ഥാനം വഹിച്ചിരുന്നത്. ക്ഷേത്ര കാര്യങ്ങളിൽ സുപ്രധാനമായ സ്ഥാനമാണ് ഇവർക്കുള്ളത്.

കല്ലുമ്മേൽ കുടുംബം

ക്ഷേത്രഭൂമിയുടെ ഉടമസ്ഥരായിരുന്നു കല്ലുമ്മേൽ കുടുംബക്കാർ. 1976 ൽ കല്ലുമ്മേൽ വേലായുധൻ എന്ന വ്യക്തിയാണ് നാല് മുറി കരക്കാർക്കായി ഭൂമി വിട്ടു കൊടുത്തത്.

ക്ഷേത്രത്തിലെ വെളിച്ചപ്പാട്, വിളക്ക് എടുക്കാനുള്ള അവകാശം, അടിച്ചുതളി ഒക്കെ ഈ കുടുംബക്കാർക്ക് ഉള്ള അവകാശമാണ്.

വെട്ടേക്കോട് കുടുംബം

കറുത്തേരിപ്പണിക്കരുടെ സ്ഥാനവും, കുട പിടിക്കാനും, പാലരി പൂജക്ക് ഒരുക്കാനുമുള്ള അവകാശം ഈ കുടുംബാംഗങ്ങൾക്കാണ്.

പുനഃപ്രതിഷ്ഠ

2017 ൽ മേട മാസത്തിലെ മൂലം നാളിലാണ് ക്ഷേത്രം പുതുക്കിപ്പണിത് പ്രതിഷ്ഠ നടത്തിയത്. പീഠവും വാളും വെച്ച് ആരാധിച്ചിരുന്നിടത്ത് വിഗ്രഹ പ്രതിഷ്ഠയിലേക്കുള്ള മാറ്റവും കൂടി ആയിരുന്നു അത്. ക്ഷേത്രനിർമ്മാണത്തിനിടയിൽ കിട്ടിയ ഗണപതി വിഗ്രഹം ആരാധിച്ചു പോരുന്നു. ക്ഷേത്രം തന്ത്രി ബ്രഹ്മശ്രീ പുതുമന പി ഇ മധുസൂദനൻ നമ്പൂതിരിയാണ്.

പുനഃപ്രതിഷ്ഠക്കു ശേഷവും പുരാതനമായ ആചാര അനുഷ്ഠാനങ്ങൾ തുടരാനാണ് തന്ത്രി നിർദ്ദേശിച്ചത്. അതോടൊപ്പം താന്ത്രിക വിധിപ്രകാരമുള്ള പൂജകളും നടത്തി പോരുന്നു.

ഉപദേവതകൾ

ഗണപതി, രക്ഷസ്സ്, നാഗയക്ഷി, കൊടുംകാളി, ദുർഗ്ഗ, യക്ഷി, ഗന്ധർവ്വൻ, അറുകൊല, മുൻപ് ജിന്നിനേയും ആരാധിച്ചിരുന്നു.

ആയുധം എഴുന്നള്ളത്ത്

അറുകൊലയും ജിന്നും

രാജഭരണ കാലത്ത് പടയിലുണ്ടായിരുന്നവർ അരുംകൊല ചെയ്യപ്പെടുകയോ അകാലമൃത്യു സംഭവിച്ചവരെയൊക്കെ അറുകൊലകളായി യോഗീശ്വര ഭാവത്തിലും ഇസ്ളാംമത വിശ്വാസികളെ ജിന്ന് ആയും ഇരുത്തുന്നു എന്നാണ് സങ്കല്പം. ഭദ്രകാളിയുടെ അധീശത്ത്വത്തിൽ അവർ ഇരിക്കും. വൈക്കം പത്മനാഭപിള്ള[16], കല്ലേപള്ളി കുറുപ്പ്,[17] വെള്ളാപ്പള്ളി ഗോവിന്ദ പിള്ള[18] തുടങ്ങിയവരെ കാമപുരത്തും മറ്റുള്ളവരെ അവരുടെ കുടുംബത്തും ഇരുത്തി ആരാധിച്ചു വരുന്നു. കാവിൽ ക്ഷേത്ര ത്തിലെ കുതിരപക്ഷി[19] ജിന്നാണ്. അതുപോലെ ജിന്നിന്റെ സാന്നിധ്യം കല്ലുമ്മേലും ഉണ്ട്. കുരുമുളകും വറപൊടി നേദ്യവും, കോഴിയെ പറപ്പിക്കലുമൊക്കെ കാവിലും കല്ലുമ്മേലും പണ്ടുമുതലേ വഴിപാടായി നടത്തി വരുന്നു.

രണ്ട്

കരുമാടിയിലെ അറുകൊലകളും കുരുതി പൂജയും

കരുമാടിയുടെ ദേവസ്ഥാനങ്ങളിൽ പ്രധാനമാണ് അറുകൊലകളും അവരുടെ സ്ഥാനത്തറകളും.

ഒരു ഗ്രാമത്തിന്റെ ദേവതാ സങ്കല്പങ്ങളെ പ്രധാന ക്ഷേത്രത്തിൽ നിന്നും ചെറുതും വലുതുമായ നിരവധി ദേവസ്ഥാനങ്ങളുമായി ബന്ധിപ്പിച്ചിരിക്കുന്നു. അവയെ കോർത്തിണക്കി നിരവധി ആചാരങ്ങളും അനുഷ്ഠാനങ്ങളും പരസ്പര പൂരകമായി പൂർവികർ നമുക്കായി ഒരുക്കി വെച്ചിരിക്കുന്നു.

കരനാഥനായ കാമപുരത്ത് ശങ്കരനാരായണ മൂർത്തിയും ദേശദേവതയായ കാവിൽ ശ്രീ ഭദ്രകാളിയും അനുചരയായ കല്ലുമ്മേൽ മറുതാച്ചിയമ്മയും ആണ് ദേശരക്ഷക്കായുള്ള പ്രധാന ആരാധനാ മൂർത്തികൾ.

അവിടുത്തെ ഉപദേവതകളിൽ തുടങ്ങി അസംഖ്യം ദേവതാ സങ്കല്പങ്ങൾ ഗ്രാമത്തിൽ ഒരു ശൃംഖല തീർത്തിരിക്കുന്നു.

കുടുംബ പരദേവതകളായും വിവിധ സമുദായങ്ങളുടെ ആരാധനാ മൂർത്തികളായും അവ നിലകൊള്ളുന്നു. നിത്യ പൂജ ഇല്ലാത്ത ഇത്തരം ദേവസങ്കല്പങ്ങളെ പ്രധാന ദേവതയായ കാവിൽ ഭദ്രകാളിയുമായി ബന്ധിപ്പിച്ചാണ് പ്രതിഷ്ഠിച്ചു പോരുന്നത്. ഭദ്രകാളിയുടെ പരിവാരങ്ങൾക്കൊപ്പം അവരും ചേരുന്നു എന്ന് വിശ്വാസം.

ചെറു ക്ഷേത്രങ്ങളിൽ നിന്ന് പ്രധാന ക്ഷേത്രത്തിലേക്ക് ഇവർ അന്യോന്യം വന്നു പോകുന്നു എന്ന് കരുതുന്നു ഇത് വരത്തു പോക്ക് എന്ന പേരിൽ അറിയപ്പെടുന്നു.

വീട്ടിൽ കുരുതി പൂജ

അറുകൊല

കുടുംബ ദേവതാ സങ്കല്പത്തിലെ പ്രധാനപ്പെട്ട ആരാധനാ മൂർത്തിയാണ് അറുകൊലകൾ. ബഹുമാനത്തോടെ ഇവരെ അറുകൊല അമ്മാവൻ എന്ന് വിളിച്ചു പോരുന്നു. പൂർവ്വ തലമുറയിലെ പോരാളികളോ, ഉപാസകരോ ആയിരുന്ന ആളുകൾ ആണ് അറുകൊലകൾ ആയി മാറുന്നത്. ചിലർ നാട്ടുരാജ്യങ്ങളുമായുള്ള യുദ്ധത്തിൽ കൊല ചെയ്യപ്പെട്ടവർ ആകാം. വീരന്മാരായ അവരെ ഭദ്രകാളി സമക്ഷത്തിൽ യോഗീശ്വര ഭാവത്തിൽ ഇരുത്തി പൂജിക്കുന്നു. വൈക്കം പദ്മനാഭപിള്ള, കല്ലേപ്പള്ളി കുറുപ്പ്, വെള്ളാപ്പള്ളി ഗോവിന്ദപിള്ള, കുതിരപക്ഷി അടിയോടി അമ്മാവൻ തുടങ്ങി നിരവധി പേരെ ക്ഷേത്രത്തിൽ തന്നെ കുടിയിരുത്തി പൂജിച്ചു പോരുന്നു. മറ്റു ചിലരെ സ്വഭവനത്തിൽ തറയും മഠപ്പുരയുമൊക്കെ കെട്ടി ഇരുത്തിയിരിക്കുന്നു. ചിലയിടങ്ങളിൽ അറുകൊലക്കൊപ്പം കുടുംബ ദേവതാക്ഷേത്രവും കാണും.

വർഷത്തിൽ ഒരു ദിവസം അംഗങ്ങൾ ഒത്തുകൂടി വിശേഷാൽ പൂജകളോടെ ഇവരെ ആരാധിക്കുന്നു.

ഗുരുതി

സവിശേഷമായ ആരാധനാ ക്രമങ്ങളാണ് ഗുരുതി പൂജയിലുള്ളത്. ശാക്തേയ സമ്പ്രദായത്തിൽ മലയാള മാസക്രമം അനുസരിച്ച് നിശ്ചയിക്കപ്പെട്ട നാളുകളിലാണ് ഇത് നടത്തുന്നത്. പുനഃപ്രതിഷ്ഠാദിനത്തോട് അനുബന്ധിച്ച് ചിലയിടങ്ങളിൽ ദിനം മാറാറുമുണ്ട്.

ഗുരുതി നടത്തുന്നതിനോട് അനുബന്ധിച്ച് തറകൾ വൃത്തിയാക്കി അറ്റകുറ്റപ്പണികൾ തീർത്ത് എടുക്കുന്നു. വടക്ക് പുറത്തായി കളം ചെത്തി ഒരുക്കുന്നു. അലങ്കാരങ്ങളും മറ്റും ഒരുക്കുന്നതിനോടൊപ്പം വീടും ശുദ്ധമാക്കി എടുക്കുന്നു.

മാതൃദേവതയായ കാവിൽ ഭദ്രകാളിയേയും കല്ലുമ്മേൽ മറുതാച്ചിയമ്മയെയും ഗുരുതിക്ക് ക്ഷണിക്കലാണ് ആദ്യ ചടങ്ങ്.

ഇതിനായി തലേ ദിവസം ഇരു ക്ഷേത്രങ്ങളിലും ഇപ്പോഴത്തെ കുടുംബ കാരണവരും അംഗങ്ങളും എത്തി വെളിച്ചപ്പാടിനുള്ള വസ്ത്രമായ ചുവന്ന പട്ടും മുണ്ടും ഒപ്പം വെറ്റ പാക്ക് ദക്ഷിണയും കൂടി നടക്കൽ വെച്ച് ഭഗവതിയെ ഗുരുതിത്തറയിലേക്ക് ക്ഷണിക്കുന്നു.

ഗ്രാമത്തിലെ മറ്റ് ദേവതാ സങ്കേതങ്ങളിലും വഴിപാടുകൾ നടത്തിയും വിളക്ക് തെളിയിച്ചും ഗുരുതി അറിയിക്കുന്നു.

അന്നേ ദിവസം സന്ധ്യക്ക് മുൻപായി പോളപ്പതം ഒരുക്കിയും പന്തം ചുറ്റിയും തയ്യാറെടുപ്പുകൾ പൂർത്തിയാക്കുന്നു.

പോളപ്പതം

ഗുരുതി തളിക്കാനുള്ള ഇടം ഒരുക്കലാണിത്. ഇതിനായി ഒരു മീറ്ററിനു മേൽ നീളവും വീതിയും വരുന്ന സമചതുരാകൃതിയിൽ മണ്ണ് വെട്ടി തിട്ട ഒരുക്കുന്നു. അതിൻമേൽ തൂശനില വിരിച്ച് വാഴപ്പോളകൊണ്ട് നെടുകയും കുറുകയും അറുപത്തിനാല് കള്ളികൾ തീർക്കുന്നു. കുരുത്തോല ചെറുതായി മുറിച്ച് അതിൽ കുത്തിയൊരുക്കി നടുക്ക് ഒരു തെങ്ങിൽ ചൊട്ട വിടർത്തി കുത്തുന്നു.

വടക്ക് ഭാഗത്തായി നടുക്ക് കുലവാഴ കൂമ്പോടെ മുറിച്ച് വെക്കുന്നു. ഒപ്പം ചൂരൽ, പാലക്കൊമ്പ്, ചെത്തിക്കമ്പ് ഇവ ഇലയും മുള്ളും കളയാതെ ചേർത്ത് കെട്ടുന്നു. ഒരു വലിയ

പോളപ്പത്രം

പന്തവും നാല് ഇട പന്തവും കുറെ അധികം ഈർക്കിലി പന്തങ്ങളും തയ്യാറാക്കിയാൽ പോളപ്പതത്തിന്റെ ഒരുക്കമായി.

നിണം

അരിപ്പൊടി മഞ്ഞൾപ്പൊടി എന്നിവ വെള്ളത്തിൽ കലക്കി ഇളം ചൂടിൽ കുറുക്കിയെടുക്കുന്നു. ഇതിലേക്ക് ചുണ്ണാമ്പ് തെളി ചേർത്ത് നിണം ഒരുക്കുന്നു. അരി പാതി വേവിൽ വലിയ ഒരു ഉരുള പിടിച്ച് നിണത്തിൽ മുക്കി സമർപ്പിക്കുന്നു. അതിന് പറയുന്ന പേരാണ് കബളം. വായ്മൊഴിയായി വന്ന് ചേർന്നതാണ്. ബലിക്ക് തുല്യമായ ചടങ്ങാണിത്.

ആയുധമെഴുന്നള്ളത്ത്

ഭദ്രകാളിയേയും മറുതയേയും കുരുതിക്കളത്തിലേക്ക് ക്ഷണിച്ചു കൊണ്ട് വരുന്ന ചടങ്ങാണിത്. ഇതിനായി സന്ധ്യാ പൂജകൾക്ക് ശേഷം സംഘാടകർ കാവിൽ കല്ലുമ്മേൽ ക്ഷേ ത്രങ്ങളിലേക്ക് പുറപ്പെടുന്നു. ആദ്യം കല്ലുമ്മേൽ ക്ഷേത്രത്തിൽ നിന്നാണ് ആയുധം പുറപ്പെടുന്നത്. ഭഗവതിയുടെ തിരുവാ യുധവുമായി തീവെട്ടിയുടേയും മേളത്തിന്റെയും അകമ്പടി യോടെ വെളിച്ചപ്പാട് പുറപ്പെടുന്നു. കാവിൽ ക്ഷേത്രത്തിലെത്തി

ആതിഥ്യം[20] സ്വീകരിക്കുന്നു. ഇതിനായി കരിക്ക് തയ്യാറാക്കി വെച്ചിരിക്കും.

കാവിൽ ക്ഷേത്രത്തിൽ നിന്ന് ഭദ്രകാളിയുടെ തിരുവായുധവുമായി വെളിച്ചപ്പാട് പുറപ്പെടുന്നു. ശ്രീകോവിലിൽ നിന്ന് തെളിച്ചു തരുന്ന വിളക്കിനൊപ്പം ഭഗവതിയും എഴുന്നെള്ളുന്നു എന്നാണ് സങ്കല്പം. കൂടെ അറുകൊലയുടെ ആയുധമായി സങ്കല്പിച്ച് ക്ഷേത്രത്തിൽ സൂക്ഷിച്ചിട്ടുള്ള ചൂരൽ കുടുംബ കാരണവർ ഏറ്റുവാങ്ങി ഒപ്പം ചേരുന്നു.

വാദ്യമേളങ്ങളോടെയും താലപ്പൊലിയുടെ അകമ്പടിയോടെയും ഇരു ദേവതകളെയും കുരുതിക്കളത്തിലേക്ക് ആനയിക്കുന്നു.

വീട്ടിൽ എത്തിയാൽ വായ്ക്കുരവയോടെ ഭഗവതിമാരെ എതിരേറ്റ് വീട്ടിൽ ഒരുക്കിയ സ്ഥാനങ്ങളിലേക്ക് സ്വീകരിച്ച് ഇരുത്തുന്നു. ആയുധം ഇറക്കി വെക്കുന്നതിനായി നിലവിളക്ക് തെളിയിച്ച് ഇരുവശവും തൂശനിലയിട്ട് ഒരുക്കിയിരിക്കും.

ആയുധം ഇറക്കി വെച്ച് വെളിച്ചപ്പാടും അകമ്പടി അളുകളും കരിക്കും സത്കാരങ്ങളും സ്വീകരിക്കുന്നു. അറുകൊലയുടെ ചൂരൽവടി ഗുരുതിക്കളത്തിന് സമീപം സ്ഥാപിച്ച് അദ്ദേഹത്തിന്റെ സാന്നിധ്യം കുറിക്കുന്നു.

ഗുരുതി

ഗുരുതിപൂജക്കുള്ള ഒരുക്കങ്ങൾക്കായി മുൻപ് തയ്യാറാക്കിയ പോളപ്പതത്തിന് കിഴക്ക് വശം വിളക്ക് വെച്ച് പീഠത്തിൽ പട്ട് വിരിച്ച് നെല്ല്, അരി, തേങ്ങ എന്നിവ വെച്ച് ദർഭ കൊണ്ട് കൂർശം ഉണ്ടാക്കി വാള് ഉണ്ടങ്കിൽ അതും വെച്ച് ഭഗവതിയെ സങ്കല്പിച്ച് ഇരുത്തുന്നു.

അതിന് സമീപം അറുകൊലയുടെ നേദ്യം തയ്യാറായി വെക്കുന്നു. ഇതിൽ അവൽ, മലർ, കൽക്കണ്ടം, ഉണക്കമുന്തിരി, നെയ്യ്, പൂവൻപഴം, കദളിപ്പഴം എന്നിവയും പ്രത്യേകം തയ്യാറാക്കിയ തെരളി, വറത്തു പൊടി[21], കരിക്ക് എന്നിവയും ഉണ്ടാകും.

പോളപ്പതത്തിന് മുന്നിൽ കുരുതി നിറയ്ക്കാനായി വലിയ ഉരുളിയും ഇടവും വലവുമായി അതിൽ ചെറിയ ഉരുളികളും വെക്കുന്നു. വഴിപാടിന് അനുസരിച്ച് മറ്റ് പാത്രകുരുതികളും

ആവാം.

കുരുതി നിറയ്ക്കാൻ നിയുക്തനായ കുടുംബാംഗത്തെ പിണിയാൾ എന്ന് വിളിക്കുന്നു. വ്രതമെടുത്ത് പൂർവ്വ പരമ്പര യുടെ പ്രതിനിധിയായി മനസ്സർപ്പിച്ച് നിൽക്കുന്ന ആളാകണം പിണിയാൾ.

ഉരുളിയിലേക്ക് കുരുതി നിറയ്ക്കുന്നതിനായി വെള്ളം അരിച്ച് ഒഴിക്കുന്നു. അതിലേക്ക് കരിക്കിൻ വെള്ളം ഒഴിച്ച് മഞ്ഞപ്പൊ ടിയും ചുണ്ണാമ്പ് തെളിയും ഒഴിക്കുന്നു. കദളിപ്പഴം, കൽക്കണ്ടം, മുന്തിരി, തേൻ, പനിനീര് എന്നിവയും ചേർക്കുന്നു. ഏഴ് ദർഭ യെടുത്ത് കൂർശം പോളപ്പതത്തിന് നേരെ വരത്തക്കവണ്ണം പാത്രത്തിന് മുകളിൽ വെച്ച് ഇലയിട്ട് മൂടുന്നു.

ശേഷം പിണിയാൾ ഭഗവതി സങ്കല്പത്തിൽ പീഠത്തിൽ പൂക്കളർ പ്പിച്ച് പൂജ ചെയ്യുന്നു. പേരും നാളും സങ്കല്പിച്ച് അറുകൊലക്ക് നേദ്യം അർപ്പിക്കുന്നു. ഈ സമയം വെളിച്ചപ്പാട് ആയുധമെടു ത്ത് കുരുതിത്തറക്ക് സമീപം ഉണ്ടാകും. വലിയ പന്തം കത്തിച്ച് പോളപ്പതത്തിന് മധ്യത്തിൽ കുത്തുന്നു.

പോളപ്പതത്തിൽ പൂക്കളർപ്പിച്ച് പൂജകഴിച്ച്, ഇടപ്പന്തങ്ങൾ കത്തിച്ച് പോളപ്പതത്തിന്റെ നാലു മൂലകളിലും സ്ഥാപിക്കുന്നു. ഈ ചടങ്ങുകൾ ഒന്നും മന്ത്രപ്രധാനമല്ല.

ഗുരുതി അർപ്പിക്കുന്നതിനായി ഇല മാറ്റി നെല്ലു വറത്ത് പൊടിച്ച് തയ്യാറാക്കിയ വറപൊടി മൂന്ന് പിടി വീതം മധ്യഭാഗ ത്തെ ഉരുളിയിലിട്ട് ദർഭ കയ്യിലെടുത്ത് ഇളക്കി എടുക്കുന്നു.

ഈ സമയം പിണിയാൾ അനുഗ്രഹം കൊള്ളുകയും ഉറഞ്ഞുതുള്ളുകയും ചെയ്യുക പതിവുണ്ട്. മൂന്ന് കൈ കുരുതി തലപ്പൊക്കം കോരിയെടുക്കുന്നു. ശേഷം ആവേശത്തോടെ പോളപ്പതത്തിലേക്ക് ഗുരുതി തളിക്കുന്നു. ഈ സമയം വായ്ക്കുരവയും വാദ്യഘോഷാദികളും ഉച്ചസ്ഥാ യിയിൽ ഉയർത്തുന്നു. പാത്രം കമഴ്ത്തി വറപൊടി തൂകി കൈ കഴുകിയതിനു ശേഷം ഗുരുതി നിറച്ച മറ്റു പാത്രങ്ങളിലും ഇത് ആവർത്തിക്കുന്നു.

നേരത്തെ കുറുക്കിവെച്ച നിണത്തിൽ നിന്ന് കബളം എടുത്ത് നടുക്കായി വെച്ചിട്ടുള്ള തെങ്ങിൻ ചൊട്ടയുടെ ചുവട്ടിൽ സമർ പ്പിക്കുന്നു. നിണം ചിതറി തെറിപ്പിച്ച് പോളപ്പതത്തിൻ നിറ യ്ക്കുന്നു. ശേഷം കർപ്പൂരം ഉഴിയുന്നു.

അറുകൊല തറകളിലെ കുരുതിപൂജ

ചെറു പന്തങ്ങളും തിരികളും കത്തിച്ച് തെള്ളിപ്പൊടി എറിഞ്ഞ് തീ ഗോളം പരത്തി ശുദ്ധമാക്കുന്നതോടെ പോളപ്പതത്തിലെ ചടങ്ങുകൾ അവസാനിക്കുന്നു.

ഭദ്രകാളിയുടെ പരിവാരങ്ങൾക്കായാണ് ഗുരുതി സമർപ്പിക്കുന്നത്. പോളപ്പതങ്ങൾക്കിടയിലൂടെ രുധിരം പാനം ചെയ്യാനായി അവരെത്തും എന്നു വിശ്വാസം. പരിവാരങ്ങൾ സംതൃപ്തരാകുന്നതോടെ ഭദ്രകാളി സന്തോഷിക്കുകയും ഭക്തർക്ക് അനുഗ്രഹം നൽകുകയും ചെയ്യുന്നു.

എരിതേങ്ങ[22] ഉഴിയൽ

കുടുംബത്തിലും അംഗങ്ങൾക്കും ബാധിച്ചിട്ടുള്ള ദോഷങ്ങളും ദുരിതങ്ങളും മാറ്റി ഭദ്രം വരുത്തുന്നതിനുള്ള ചടങ്ങാണിത്. തയ്യാറാക്കി വെച്ചിട്ടുള്ള എരി തേങ്ങയും പന്തവും തെള്ളിപ്പൊടിയുമായി വീടിന് അകവും പുറവും ഉഴിഞ്ഞ് ശുദ്ധം വരുത്തുന്നു. കുടുംബാംഗങ്ങളെ ചേർത്ത് നിർത്തി അവരെയും ഉഴിയുന്നു. അവരിൽ വന്നു ചേർന്നിട്ടുള്ള ദോഷങ്ങളും രോഗ

ദുരിതങ്ങളും അകറ്റി അനുഗ്രഹം ചൊരിയുന്നു. വളർത്ത് മൃഗങ്ങൾക്കും ഇത് ചെയ്യാറുണ്ട്.

തിരുവായുധം നിറുകയിൽ ചേർത്ത് വെച്ച് ഭസ്മം ഇടുന്ന ചടങ്ങ് വിശേഷപ്പെട്ടതാണ്.

ചടങ്ങുകൾ പൂർത്തിയാക്കി ദക്ഷിണ[23]യും പ്രസാദവും സ്വീകരിച്ച് തിരുവായുധം തിരികെ ക്ഷേത്രത്തിലേക്ക് മടങ്ങുന്നതോടെ ചടങ്ങുകൾ പൂർണ്ണമാകുന്നു.

കുരുതി നടന്ന ഇടത്തിലേക്ക് ഏഴ് ദിവസത്തേക്ക് ആരും കടന്ന് ചെല്ലരുതെന്നാണ് പറയുന്നത്. പൂർവ്വികർ വിശ്വാസത്തോടെ കോർത്തിണക്കിയിട്ടുള്ള ഇത്തരം ചടങ്ങുകൾ പല ഇടങ്ങളിലും നഷ്ടമായി പോയിട്ടുണ്ട്. എന്നിരിക്കിലും പ്രശ്ന വിധിയിൽ കണ്ടതിൻ പ്രകാരവും മറ്റും പല സ്ഥലങ്ങളിലും ചടങ്ങുകൾ പുനരാരംഭിച്ചിട്ടുണ്ട്.

ഇപ്പോഴും ചടങ്ങ് നടത്തുന്ന ഇടങ്ങൾ

1. പഴയം പള്ളി - പടിഞ്ഞാറെ മുറി
2. വെന്തേഴം - പൂതിയോട് മുറി
3. പടിഞ്ഞാറെ വാര്യന്തറ
4. കിഴക്കേ വാര്യന്തറ
5. പെരുമ്പള്ളി
6. ഏലി മഠം

ഗ്രാമജീവിതത്തെ ധന്യമാക്കുന്നത് ഇത്തരം ചെറുതും വലുതുമായ ആചാരങ്ങളും അനുഷ്ഠാനങ്ങളും ആഘോഷങ്ങളും ഒക്കെ കൂടിയാണ്. ഗ്രാമത്തിന്റെ ആത്മാവ് ഇത്തരം ദൈവ സങ്കല്പങ്ങൾ തന്നെയാണ്. ദേവതകളോടുള്ള ഭയം ഭക്തി എന്നിവ മൂല്യബോധത്തോടെ ജീവിക്കാൻ നമ്മെ പ്രാപ്തമാക്കുന്നു.

നാടിന്റെ ഇത്തരം ചെറുനന്മകളെ നമുക്ക് നഷ്ടമാകാതെ നോക്കാം.

ഭാഗം രണ്ട്

മറുതാക്കാലം

അത്ഭുതവും ഭയവും ഭക്തിയും പകർന്നാടുന്ന
വാമൊഴിക്കഥകൾ

മറുതാക്കാലം

നാട്ടിലൊക്കെ വെളിച്ചം പരന്നപ്പോൾ നമുക്ക് നഷ്ടപ്പെട്ടവയിൽ ചിലതാണ് പേയും, പിശാചും മാടനും മറുതയുമൊക്കെ.

എന്നിട്ടും നമ്മൾ കരുമാടിക്കാർ മറുതയെ മറന്നില്ല. അതിനൊരു കാരണമുണ്ട്. മറ്റിടങ്ങളിലൊക്കെ മറുതയെന്നാൽ രാത്രികാലങ്ങളിൽ അലറിവിളിക്കുന്ന ഒരു പെണ്ണൊരുമ്പെട്ടവൾ മാത്രമാണ്. എന്നാൽ നമുക്കതല്ല.

പെറ്റമ്മക്ക് തുല്യമായ ഉഗ്രമൂർത്തിയായ ഒരു ദേവതയാണ് മറുത. അതുകൊണ്ടുതന്നെ നമ്മൾ "പൊന്ന് മറുതാച്ചിയമ്മ" എന്ന് വിളിച്ചു പോരുന്നു.

കരുമാടിയിലെ നാലുമുറി കരക്കാർക്കും പൊതുവായുള്ള ദേവതകളാണ് കാവിലമ്മയും കല്ലുമ്മേലമ്മയും. പടയണിയിൽ കാണുന്ന ഭൈരവിയും മറുതയും തന്നെയാണിവർ. കാളിയുടെ വലംകൈയായ് നിലകൊള്ളുന്നവളാണ് മറുത, അതുകൊണ്ടാണ് പടയണിയിൽ ഭൈരവിക്കോലത്തിനൊപ്പം മറുതാകോലവും കെട്ടിയാടുന്നത്.

നീണ്ട വാളും ചുഴറ്റി ഉറഞ്ഞ് തുള്ളുന്ന മറുതാച്ചിയമ്മയുടെ വെളിച്ചപ്പാടിനെ ചിലരെങ്കിലും ഓർമ്മിക്കുന്നുണ്ടാകും.

കൊല്ലവർഷം ആയിരത്തി ഒരുനൂറ്.

ദേശം കരുമാടി. അമ്മച്ചിയാല് തണൽ പരത്തി നിൽക്കുന്ന കാമപുരം ക്ഷേത്രം.

അന്ന് കച്ചേരി ആഫീസും കളരിയുമൊക്കെ അമ്പലത്തിലാണ്. ഒപ്പം പത്തിരുനൂറാൾക്ക് ഒത്തുകൂടാനും കഴിക്കാനുമൊക്കെയായി ഒരു ഊട്ടുപുരയുമുണ്ട്. കരുമാടി തോട്ടിൽ നിന്ന് ഹൗസ്കുളം വഴി വലിയ കെട്ടുവള്ളങ്ങൾ പടിഞ്ഞാറെ ആൽച്ചുവട്ടിലെത്തും.

നാടുനീളെ കൈവഴിയിട്ടൊഴുകുന്ന തോടുകൾ, കണ്ണെത്താ ദൂരത്തോളം നെൽപ്പാടങ്ങൾ. അവയുടെ ബണ്ടിറമ്പിലൊക്കെ കൂര കെട്ടിപ്പാർക്കുന്ന കുടികിടപ്പുകാർ. ജന്മികളെന്നു വിശേഷിപ്പിക്കാവുന്ന കുറച്ചു വീട്ടുകാർ മാത്രം. പാടത്തും പറമ്പിലുമൊക്കെ അലഞ്ഞ് തിന്നുന്ന പശുക്കൾ. മുനിഞ്ഞു കത്താൻ ഒരു പാട്ടവിളക്കുപോലും അന്യമായ ഒരു കുറ്റാകൂറ്റിരിട്ടു കാലം.

മസൂരി ദീനം

അങ്ങനെയിരിക്കെ ഒരുകാലം നാട്ടിലാകെ പലർക്കും പനിച്ചെന്നും പൊങ്ങിയെന്നുമൊക്കെ പാടത്തും പറമ്പിലുമൊക്കെ ആളുകൾ കുശുകുശുത്തു. നാട്ടിൽ മസൂരിയുടെ വിത്തുകൾ വീണു തുടങ്ങി. ഇനി അഭയം വസൂരിക്കലയുമായി വടക്കോട്ട് മുഖം തിരിഞ്ഞിരിക്കുന്ന കാവിലെ കാളിയമ്മ മാത്രം.

ഒരു കൂട്ടം ആളുകൾ പുറപ്പാടിന് ഒരുങ്ങിത്തുടങ്ങി. തീവെട്ടി ചുറ്റി കെട്ടി, ചൂട്ടുകറ്റകൾ ഒരുക്കി വെച്ചു. ആദ്യ വിളിയുമായി കിഴക്കേ മുറിക്കാർ എത്തിക്കഴിഞ്ഞു. സന്ധ്യ കഴിഞ്ഞപ്പോൾ മറുതാച്ചിയമ്മയുടെ അരമണിയും വാളുമായി വെളിച്ചപ്പാടിറങ്ങി. കാവിലെ അത്താഴപൂജയും കഴിച്ച് കാളി രൂപം പതിച്ച അരമണിയും ചിലമ്പും കൊടുവാളുമായി കാവിലമ്മയുടെ വെളിച്ചപ്പാടും പുറപ്പെട്ടു. ഭയം ചൊരിയുന്ന ഇരുട്ടിനെ തുളച്ച് അരമണിയുടെ മുഴക്കം വീടുകളിലേക്ക് എത്തി തുടങ്ങി. മസൂരിയൊഴിഞ്ഞ വീടുകളെ പൊറുതിയാക്കിയെടുക്കണം. വീട് വൃത്തിയാക്കി തെള്ളിയെറിഞ്ഞ് ശുദ്ധം വരുത്തി. ബാധയും ദോഷങ്ങളും മാറാൻ എരി തേങ്ങ ഉഴിഞ്ഞ് എറിഞ്ഞു. നിറുകയിൽ ആയുധം ചേർത്ത് വെച്ച് ഭസ്മം ഇട്ടു മനോവീര്യം പകർന്നു. ഇവിടെ ഒരു ജീവിതം വീണ്ടും തുടങ്ങുന്നു...

ഒന്നിനു പുറകെ ഒന്നായി വീടുകൾ കയറിയിറങ്ങി പൊറുതിയാക്കി[24] കടന്നുപോകും. പല ദിവസങ്ങളിലും ഇത് പുലരുവോളം നീളും.

ചിലരൊക്കെ മസൂരിദീനം വന്നു ചത്ത് പോകും. അവരെ പനമ്പിൽ പൊതിഞ്ഞ് വഴുകപ്പണത്തിന് ചുറ്റിക്കെട്ടി എടുക്കും.

പറമ്പിൽ ആഴത്തിൽ കുഴികുത്തി മൂടും. ആ വീടുകളിലൊക്കെ പൊറുതിയാക്കി കുരുതിയും നടത്തിയേ പോരൂ.

* മസൂരി = വസൂരി.

ആമയിട കരയിലെ പൊറുതിയാക്കലിന് പുറപ്പെട്ടതാണ്.

വെട്ടിക്കോട്ട് വീട്ടിൽ ദീനം പിടിച്ച് ആള് മരിച്ചു എന്നറിയിച്ചു. നേരം പാതിരാ കഴിഞ്ഞു വീട്ടിൽ ആളനക്കമില്ല.

ഇവിടാരും മരിച്ചിട്ടില്ലെന്നായി വീട്ടുകാർ.

പറമ്പാകെ കിളച്ചു കൂട്ടി കൂമ്പലു പിടിച്ചിട്ടിരിക്കുന്നു.

തർക്കം മൂത്തു.

എന്നാ കണ്ട് പിടിക്കെന്ന് വീട്ടുകാർ.

പരീക്ഷണം... കാളി കണ്ണ് കാണിച്ചു...

മറുത ഉറഞ്ഞുതുള്ളി അലറി വിളിച്ചു...

വീട് ചുറ്റി വന്നു...

മൂന്ന് വട്ടം "അമ്മോ" എന്ന് ഉറക്കെ വിളിച്ചു...

പിന്നെ ശൂലം തലപ്പൊക്കം ഉയർത്തി മണ്ണിലേക്ക് ആഞ്ഞ് പായിച്ചു...

മാന്തി നോക്കടാ... മറുതയോടാ... കളി.

മറുതത്തറ

തല ഉയർത്തി നിൽക്കുന്ന ഇലഞ്ഞിമരത്തലപ്പുകളിൽ ഒരു ഉച്ച ക്കാറ്റ് ആഞ്ഞ് പിടിച്ചിളക്കി കടന്നുപോയി..

താഴെ ചിതറിക്കിടക്കുന്ന പൂക്കൾ മാത്രം ബാക്കിയായി...

ഇറുന്നു തുടങ്ങിയ മേച്ചിലോലകൾക്ക് താഴെ, കെട്ടി മണ്ണിട്ട് ഉയർത്തിയ തറയിൽ പീഠവും വാളും മാത്രം... ഇതാണ് മറുതത്തറ.

തറയ്ക്കുള്ളിൽ അമർന്ന് പോയ ഒരു കല്ല് ബാക്കിയാണ്. അതിൻമേൽ മറുത ഇരിക്കുന്നു അത് കൊണ്ട് ഇവിടം കല്ലുമ്മേൽ ആയി.

മറുത മാത്രമല്ല കാളിയുടെ പടഹമുയർത്തുന്ന പരിവാരങ്ങ ളിൽ പലരുമുണ്ടിവിടെ. അവരെ തൃപ്തിപ്പെടുത്താൻ മന്ത്രം പോരാ. അതിന് ചോരയും മാംസവുമൊക്കെ വേണം.

കുരുതി നടത്തുമ്പോൾ അല്പം കടുപ്പത്തിൽ തന്നെ വേണം.

പേടിപ്പെടുത്തുന്ന ഒരു നിശബ്ദത! അതുകൊണ്ട് അസമയങ്ങ ളിൽ ആരും കടന്നുചെല്ലാൻ മടിക്കും. കുരുതി കഴിഞ്ഞാൽപ്പി ന്നെ തിരിഞ്ഞു പോലും നോക്കില്ല.

നാലുമുറി കരയിലേയും പ്രമാണിമാർ ഒത്തുകൂടി.

മറുതയെ തൃപ്തിപ്പെടുത്തണം. അമ്പലത്തിന്റെ ജീർണ്ണത മാറ്റണം.

ഓടി നടന്ന് പണം പിരിച്ചു. ഓല കെട്ടി മേഞ്ഞു. മുറ്റം ചെത്തി യെടുത്തു. ചുറ്റുമുള്ള അറുകൊലത്തറകളിലെ കാര്യക്കാരെ വിളിച്ചുകൂട്ടി.

മേളം പെരുകി.

ഓരോ അറുകൊല അമ്മാവൻമാരും വെളിപ്പെട്ടു തുടങ്ങി...

തുള്ളലും അലർച്ചയും വെളിപാട് പറയലും പുലരുവോളം നീണ്ടു. മറുത ഉറഞ്ഞു തുള്ളി...

ഓരോ മാസവും ഇതാവർത്തിക്കപ്പെട്ടു. ബാധ ഒഴിപ്പിക്കാൻ ആളെത്തിത്തുടങ്ങി.

പെണ്ണുങ്ങൾ മുടിയഴിച്ച് തുള്ളി.

വെളിച്ചപ്പാട് ഭസ്മം ഇട്ട് ആക്രോശിച്ചു...

പലരും ബാധയൊഴിഞ്ഞ് മടങ്ങി ആശ്വാസത്തോടെ പോയി.

ആടുമാടുകൾക്ക് അസുഖം ബാധിച്ച് ആവലാതികളുമായി ആളെത്തി. ഇലഞ്ഞിക്കൊമ്പൊടിച്ച് ഉഴിയാൻ കൊടുത്തു. തലയിൽ തൂകാൻ ഭസ്മവും...

കാര്യങ്ങളൊക്കെ കെങ്കേമമായി.

എന്നും ആളും ആരവവും.

അറുകൊല തുള്ളലും അലർച്ചയും.

അതോടെ മുതലെടുപ്പു സംഘം മുന്നിട്ടിറങ്ങി.

കാശുള്ളേടത്തൊക്കെ പല ദോഷങ്ങളും, ഭൂതപ്രേത പിശാചു ബാധയും.

നാട്ടിലെ മന്ത്രവാദികൾ ഉണർന്നു. ദിവസങ്ങളോളം നീളുന്ന ഹോമങ്ങളും പൂജയും. ആവാഹനവും ഉച്ചാടനവും.

ആഹാ... എങ്ങും ഭക്തിയും ഭയവും. ഉപജാപകർ ഉണർന്ന് പ്രവർത്തിച്ചു തുടങ്ങി.

കളി മറുതയോടും...

അങ്ങനെയിരിക്കെ വടക്കൊരു വീട്ടിൽ വലിയൊരു പൂജ.

മന്ത്രവാദികളൊരുങ്ങി. ആത്മാക്കളെയൊക്കെ ആവാഹിച്ചു പിടിച്ചു. അവസാനം കുരുതിക്കായി ഭഗവതിമാരെ വിളിച്ചു.

കിട്ടൻ വെളിച്ചപ്പാട് ഉറഞ്ഞു തുള്ളുന്ന സമയം.

മറുത തന്നെയാണോ ഉള്ളിലെന്ന് ഉപജാപകർക്കറിയണം.

ചുണ്ണാമ്പിടാതെ ഗുരുതി നിറച്ചു.

മേളം ഉയർന്നുപൊങ്ങി. മറുത ഗുരുതിക്കളത്തിൽ ഉറഞ്ഞുതുള്ളി. വലിയ ഉരുളിയിലെ ഗുരുതി ദർഭ കൂട്ടി ഇളക്കി...

ചുവക്കുന്നില്ല.

പരീക്ഷണം...

പരിവാരങ്ങൾ രുധിരം കാത്തിരിക്കുന്നു...

അവരെ പിണക്കുക വയ്യ...

വിളിച്ച് അപമാനിച്ചിരിക്കുന്നു...

വെളിച്ചപ്പാട് ആർത്ത് വിളിച്ച് ഉറഞ്ഞുതുള്ളി. വാളെടുത്ത് സ്വന്തം ശിരസ്സിലേക്ക് ആഞ്ഞ് വെട്ടി...

വാർന്നൊഴുകിയ ചോര ഉരുളിയിലേക്ക് പകർന്നു...

ഗുരുതി ചെമന്നു.

കടുംചോര ഗുരുതിക്കളത്തിലേക്ക് കോരിത്തളിച്ചു.

സ്ത്രീകളും കുട്ടികളും വാവിട്ട് നിലവിളിച്ചു...

ചിലർ തലകറങ്ങി വീണു.

ആൾക്കൂട്ടം സ്തബ്ധരായി നിന്നു.

ഉരുളി കമത്തി വെളിച്ചപ്പാട് ഭസ്മസഞ്ചിയെടുത്ത് ഒരു പിടി വാരി മുറിവിൽ പൊത്തി...

ചടങ്ങ് പൂർത്തിയാക്കി തിരുവായുധമിറങ്ങി... കോപം ശമിച്ചിട്ടില്ല.

പോകുന്ന പോക്കിൽ വാതുക്കൽ നിന്ന വലിയ ഒരു ഒതള മരത്തിനിട്ട് ഒറ്റ വെട്ട്... !

ഒരാൾ വണ്ണമുള്ള ഒതളം രണ്ടായി നിലം പൊത്തി...

മുമ്പ് വാഴ വെട്ടുന്നതു മാത്രമാണ് കണ്ടിട്ടുള്ളത്.

ജനം വാവിട്ട് വിളിച്ചു...

മാപ്പാക്കണേ കാവിലമ്മേ...

പൊന്ന് മറുതാച്ചിയമ്മേ...

അടുത്ത ദിനം.

കുളി കഴിഞ്ഞു പോയ വെളിച്ചപാടിന്റെ മേൽ നെറ്റിയിൽ ഒരു മുറിപ്പാട് ജനം തിരഞ്ഞു കൊണ്ടേ ഇരുന്നു...

മുഴക്കം

ആരവമുയർത്തി ഒരു ഇല്ലിക്കൂട്ടം ചാഞ്ഞ് നിൽക്കുന്നു.

തോട് വരണ്ട് തുടങ്ങി. തോട്ടിറമ്പിലൂടെ വളഞ്ഞ് പുളഞ്ഞ് ഒരു നടവഴി. അതിലൂടെ കുറഞ്ഞൊരാൾക്കൂട്ടം മുന്നോട്ട് നടന്നു.

വേലിപ്പടർപ്പിലെ ചെമ്പരത്തിപ്പൂക്കൾ ചാടിത്തുള്ളി നിൽക്കുന്നു. ചെന്ന് നിന്നത് ഒരു കൈതക്കാട്ടിലാണ്. വച്ചാലിലേക്ക്[25] മുഖം നീട്ടി ഒരു കൈതപ്പൂ, മണം പരത്തി നിൽക്കുന്നു. ചെമപ്പ് കലർന്ന് ഒരു കൈതചക്ക മുഖം തുടിച്ചുനിന്നു. വച്ചാലിന് കുറുകെ തെങ്ങ് കൊണ്ട് ഒരു തടിപ്പാലം.

സർപ്പക്കാവ് പിന്നിട്ട് ഒരു വളവ് കഴിഞ്ഞാൽ വീടായി...

കാല് നനച്ച് പലകമെടയിട്ട തിണ്ണയിലേക്ക് കയറി ഇരുന്നു. ബാക്കി ഉള്ളവർ ഇളം തിണ്ണയിലും.

പൊതി തുറന്ന് ഒരു കെട്ട് പുകയിലയും വെറ്റപാക്കും പൂന്നിപ്പണിക്കരുടെ കൈകളിലേക്ക് കൊടുത്തു.

കാപ്പ് കെട്ട് അറിയിക്കാൻ വന്നതാണ്. ദിവസവും സമയവും പറഞ്ഞു.

കറന്ന പാലിൽ നിന്ന് ചായയിട്ടുകുടിച്ച് എല്ലാവരും പിരിഞ്ഞു.

മറുതാച്ചിയമ്മയുടെ ഉടമസ്ഥതാസ്ഥാനം പൂന്നിപ്പണിക്കർക്കാണ്. അതൊരു സ്ഥാനപ്പേരാണ്. പത്തിൽ കുടുംബക്കാരാണ് അവകാശികൾ. ക്ഷേത്ര കാര്യങ്ങളിൽ തീർപ്പു പറയലും വെളിച്ചപ്പാടിന് ആയുധം കൈമാറുന്നതും, ഗുരുതി കോരി കൊടുക്കുന്നതും എല്ലാം പൂന്നിപ്പണിക്കരാണ്.

പാട്ടുപുരയിലേക്ക് പൂന്നിപ്പണിക്കരും വെളിച്ചപ്പാടും കൂടി പീഠവും വാളും ഇറക്കി വെച്ചു. പടിഞ്ഞാറ് നിന്ന് തട്ടാൻ പണിതു കൊണ്ടു വന്ന കാപ്പ് മറുതയുടെ പിത്തള കെട്ടിയ പള്ളി വാളിലേക്ക് ചേർത്ത് കെട്ടി.

ചെണ്ടയുടെ പെരുക്കം ദിക്കറിഞ്ഞു.

പാലച്ചുവട്ടിൽ കൊല്ലൻ ആയുധം രാകി മിനുക്കുന്നു. ഇനി രാപകൽ ഉത്സവകാലമാണ്.

വിത്തുതെണ്ടക്ക്[26] കര കേറിയിറങ്ങി കഴിഞ്ഞു. രാത്രിയായാൽ പുലരുവോളം വഴിപാട് താലങ്ങളും...

അഞ്ച് ദിവസമാണ് ഉത്സവകാലം.

നേരം പുലരുന്നതേ ചെണ്ടമേളത്തോടെയാണ്. താലത്തിന്റെ അറിയിപ്പ് രാവിലെ വഴിപാടുകാരന്റെ വീട്ടിലെത്തി കൊട്ടും, പിന്നെ സന്ധ്യക്കൊട്ട് വേറെ...

ആകെ മേളമയമാണ്.

ചെണ്ടയുടെ പടഹമാണ് മറുതക്ക് പ്രിയം.

കർമ്മി കോമരങ്ങളാണ്.

രാവിലേയും രാത്രിയിലേയും പൂജകൾ അവസാനിക്കുന്നത് മറുതക്കും കാളിയുടെ ഭൂത ഗണങ്ങൾക്കും അരിയും പൂവും ഇടുന്നതോടുകൂടിയാണ്.

അതാണ് അവർക്ക് ഇഷ്ടം.

എല്ലാ ചടങ്ങുകൾക്കും അതിന്റേതായ ഒരു തനിമയുണ്ട്.

കലാപരിപാടിക്കുള്ള ഒരുക്കമാണ്. മുറ്റത്തായി ഇരുവശവും ഓലകൊണ്ടൊരു മാടം കെട്ടിയിരിക്കുന്നു. ഒരു മാടത്തിൽ നിന്ന് മണ്ണാൻ ഉടുക്കു കൊട്ടി നീട്ടി പാടി തുടങ്ങി.

"വെള്ളിമാമല മുകളിലേറിയരുളുന്ന

പുള്ളിമാൻകരനെ കൈവണങ്ങുന്നേൻ

ഇട ഭാഗം തുട തന്നിലടിയരുളുമമ്മ
കടമിഴി കൊണ്ടൊന്നുഴിഞ്ഞിടേണം
എൻ മകനെന്തു തരേണ്ടുവതെന്നമ്മ
ഓമനക്കുമ്പ തടവീടുമ്പോൾ
തുമ്പിതൻ തുമ്പിനാലമ്മിഞ്ഞതപ്പുന്ന
തമ്പുരാനൊന്നു കനിഞ്ഞിടേണം
ആളുമൈലേറി ആടി നടക്കുന്ന
അറുമുഖനും തുണച്ചീടേണം
ആളികളായിരൊത്തു കളിക്കുന്ന
കാളിയുമൊന്നു തെളിഞ്ഞിടേണം..

ഭദ്രകാളി ചരിതമാണ്. പഴയ മലയാളമായതിനാൽ പാട്ട് പലതും തിരിയില്ല. മറ്റെ മാടത്തിൽ നിന്ന് മണ്ണാത്തി മറുപാട്ട് പാടി. ഒരനുഷ്ഠാനം പോലെ അത് എല്ലാ ദിവസവും തുടരുന്നു.

മണ്ണാരുപാട്ട് കഴിഞ്ഞ് കുറെ ആളുകൾ പിരിഞ്ഞു.

പടിഞ്ഞാറെ മുറിയിൽ നിന്ന് ഒരു താലം കൂടി വരാനുണ്ട്. വീട്ടിലെത്തി വിശ്രമിച്ച് ഗുരുതിയും കഴിഞ്ഞിട്ടാണ് താലം പുറപ്പാട്. അതാണ് താമസിക്കുന്നത്.

തിരക്കിട്ട ദിനങ്ങൾ അങ്ങനെ കൊഴിഞ്ഞു തീരുന്നു. ഇന്ന് ഉത്സവം തീരും. സർപ്പത്തിങ്കൽ നൂറും പാലും കഴിച്ചു.

എല്ലാത്തിനും മേളവും വെളിച്ചപ്പാടും നിർബന്ധം. വലിയ പറമ്പിലെ മൂത്താശാരി കവുങ്ങിന്റെ അലക് ചെത്തി ആൾപ്പ ന്തമൊരുക്കുന്നു.

ഇനി ആശാരിമാരുടെ ഭദ്രകാളിപ്പാട്ടുണ്ട്.

"............

കൈവെടി നേർച്ചയും തരുവേനമ്മോ തീവെട്ടി നേർച്ചയും തരുവേനമ്മോ നേർച്ചയും വഴിപാടും പറ്റിയെടാ

മേൽ ഭാഗത്തുമൊ അമ്മ എടുത്തെറിഞ്ഞ്

കീഴോട്ടു വരണതോരു വരവു കണ്ട് പള്ളിവാൾ വലം കയ്യിലെ ടുക്കുന്നതൊ തൃപ്പാദവും ഒന്ന് ഉറപ്പിച്ചിട്ടു

പള്ളിവാൾ വലം കയ്യിലെടുക്കുന്നതൊ

ദാരികൻ തലയപ്പോൾ കണ്ടിച്ചമ്മ
മഞ്ഞളാടുന്ന നല്ലചെറുക്കുറിയ്
തലയെയെടുത്തമ്മാ പൊതിഞ്ഞുകെട്ടി
ഒരുഭാഗത്തുടൻ അമ്മ ചരതിച്ചതൊ
നാല്പതുമുളമുള്ള ദാരികനെ
ഒരുമുളമാവോളം വെട്ടിയതൊ
എല്ലുമെലുമ്പുമായിട്ടെടുക്കുന്നതൊ... "

അനുഷ്ഠാനത്തോടെ അവര് അതും പൂർത്തിയാക്കി.

തിരിപിടുത്തവും കഴിഞ്ഞ് ഗുരുതി സമയം ആകാറായി. കൂമ്പാരം കൂട്ടിയിട്ടിരിക്കുന്ന കരിക്ക് ഒരു സംഘം മോന്ത ചെത്തിയെടുക്കുന്നു. മൂന്ന് ദിക്കിലും പോളപ്പതം ഒരുങ്ങുന്നു.

പെണ്ണുങ്ങൾ ഉരലിലിട്ട് തെള്ളിപ്പൊടിക്കായി നെല്ല് ഇടിക്കുന്നു.

നേരം പാതിരാ പിന്നിട്ടു. ആളുകൾ പാതിയും ഒഴിഞ്ഞു കഴിഞ്ഞു. കുരുതിച്ചടങ്ങുകൾ ആളു കൂടി കാണാനുള്ളതല്ല.

ചോര തേടിയലഞ്ഞ് ദുർമൂർത്തികളൊക്കെ എത്തും.

പിടിച്ചാ കിട്ടാത്താ ആൾക്കാരാണ്. എന്തും സംഭവിക്കാം.

പട്ട് ചുറ്റി, അരമണികെട്ടി പൂന്നിപ്പണിക്കർ തിരുമായുധം കൈമാറി. വലത്തുവെച്ച് തെക്കുപുറത്തെ കുരുതിക്കള ത്തിലേക്ക് അരമണിയുടെ ആരവമുയർത്തി വെളിച്ചപ്പാട് കുതിച്ചെത്തി.

മേളമുയർന്നു. ചടങ്ങ് തുടങ്ങി.

കുരുതിക്കളത്തിലേക്ക് വാളും ശൂലവും താഴ്ത്തി.

പൂന്നിപ്പണിക്കർ മൂന്ന് കൈ ഗുരുതി കോരി കൊടുത്തു.

ഉറഞ്ഞു തുള്ളൽ അതിന്റെ പാരമ്യതയിലേക്ക് കടന്നു.

അറുവലയമ്മാവന്മാരുടെ കൈയ്യാൾക്കാരും തുള്ളി തുടങ്ങി. ഭയം വിതക്കുന്ന അന്തരീക്ഷം.

ഉൾക്കിടിലത്തോടെ ജനം.

കുരുതി തളിച്ച് തെള്ളിയെറിഞ്ഞു..

ഇനി കിഴക്ക് പുറത്ത് നട ഗുരുതിയാണ്.

മൂന്നാമത്തേത് വടക്കു പുറത്താണ്. മൂന്ന് മണി കഴിയും.

കർത്തേരിപ്പണിക്കർ പാലരി പൂജക്കു പായസം വെക്കാനുള്ള ഒരുക്കത്തിലാണ്.

നാല് വശവും മടല് കുത്തി കുരുത്തോല കെട്ടിയൊരുക്കി.

തേങ്ങ പിഴിഞ്ഞു. തേങ്ങാപ്പാലിൽ ഉണക്കലരി വേവിച്ച് നേദ്യം തയ്യാറാക്കണം.

വടക്ക് പുറത്ത് ഗുരുതി വല്യ കടുപ്പമാണ്.

K_veni

പാതിരാക്കോഴി കൂവുന്നത് കേട്ടാണ് മത്തായി മാപ്പ്ള കണ്ണ് തുറന്നത്. വൈകുന്നേരത്തോളം മടത്തിപ്പാടത്ത് കന്ന് പൂട്ടി ഒഴവായിരുന്നു. ക്ഷീണം കൊണ്ട് നേരത്തെ മയങ്ങിപ്പോയി..

ചെവിയോർത്തപ്പോ അങ്ങ് അകലെ ചെണ്ടമേളത്തിന്റെ മുഴക്കം. കല്ലുമ്മേൽ ഗുരുതിയാണ്. "ഇനി കിടന്നാൽ ഉറക്കം വരില്ല. കല്ലുമ്മേൽ കോഴിയെ വെട്ടും എന്ന് കേട്ടിട്ടുണ്ട്.

കൊന്ന കോഴിയെ പട്ടി കൊണ്ടുപോയാലും അരും എടുക്കാറില്ലത്രെ. രണ്ടെണ്ണത്തെ കൊണ്ടുവന്നാ തേങ്ങാ വറത്ത് അരച്ച് കറിവെക്കാം രണ്ട് ദിവസത്തേക്ക് ഉണ്ടാകും. "

ഒരോന്നും മനസ്സിലോർത്ത് ഇറങ്ങി നടന്നു. എട്ടിലവിടുന്ന് നടവരമ്പ് പിടിച്ച് തെക്കോട്ട് നടന്നു.

മുളക്കി പറമ്പിലെത്തിയപ്പോൾ ഒരു തീയനക്കം. ഇടക്കുരുതി കഴിഞ്ഞ് ആള് പിരിയുന്നതാണ്.

അവര് കാണണ്ട.

വേരിൽ തപ്പിപ്പിടിച്ച് ചാഞ്ഞ് നിന്ന കിളിച്ചുണ്ടൻ മാവിലേക്ക് തത്തിപ്പിടിച്ച് കേറി ഒത്ത ഒരു ശിഖരത്തിലിരുന്നു.

താഴെ ആള് നടന്നൊഴിയുന്നത് നോക്കിയിരുന്നു. അമ്പലത്തിൽ വീണ്ടും കൊട്ട് ഉയർന്നു. പാലരി പൂജ കഴിഞ്ഞു. ഇനി കുറച്ചാളുകൾ മാത്രം.

മറുത സകല രൗദ്രത്തോടെയും അലറിത്തുള്ളുന്നു...

"കൊണ്ടുവാ... "

പുലർച്ചയിലേക്ക് ശബ്ദം ഉയർന്നു തെറിച്ചു. കെട്ടിയിട്ടിരുന്ന കരിങ്കോഴിയെ കാലിൽ തൂക്കി കയ്യിലേക്ക് കൊടുത്തു. അതു ചിറകടിച്ച് തല ഉയർത്താൻ നോക്കി...

രൗദ്രം കൊടുമ്പിരി കൊണ്ടു. കോഴിയെ കാലിലും കഴുത്തിലുമായി വട്ടം ചുഴറ്റി തുള്ളി.

അലർച്ച...

മുറുക്കി പിടിച്ച് കോഴിയുടെ കഴുത്ത് കടിച്ചു മുറിച്ചു.

തൂമ്പു തുറന്ന പോലെ ചോര ചീറ്റി തെറിച്ചു.

പോളപ്പതത്തിലേക്ക് ചുടു ചോര പായിച്ചു. ചോര വാർന്ന് ഒഴുകിക്കഴിഞ്ഞ കോഴിയെ കാലിൽ തൂക്കി വടക്കോട്ടെറിഞ്ഞു.

ഒന്നിനു പുറകെ ഒന്നായി കരിംകോഴികളുടെ നിലവിളി

തൊണ്ടയിൽ കുരുങ്ങി കിടന്നു...

നേരമേറെയായി. മാപ്പ്ള മാവിൻകൊമ്പിലിരിക്കുന്നു. ഇടക്ക് മയങ്ങി പോയി. കുരുതി കഴിയാൻ കാത്തിരുന്നതാണ്.

ഇറങ്ങാനായി താഴേക്ക് നോക്കി. വലിയ ഒരു കരിമ്പാറ കിടക്കുന്നു.

ഈ പറമ്പിലിതു മുമ്പേ കണ്ടിട്ടില്ലല്ലോ...

ശ്രദ്ധിച്ചു നോക്കി... അതനങ്ങുന്നുണ്ടോ ?

ഉണ്ട്.

അത് ഇളകി ഉയർന്നു.

ഒരു കൈ തന്റെ നേരെ നീട്ടി ഉയരുന്നു...

അമ്മേ... !

ആന... !

വിറങ്ങലിച്ച് ഇരുന്നു പോയി...

ഒരു നീറിൻ കൂട് ഇളകി മേത്തോട്ടു വീണു...

പുലർച്ചയും വിയർത്തൊലിക്കുന്നു.

അതിൽ നീറ് കടിച്ചിരിക്കുന്നു...

താഴെ ഒരാന ചെവിയാട്ടി നിൽക്കുന്നു...

കണ്ണും പൂട്ടിയിരുന്നു...

ദൂരെയെവിടെയോ ഒരു പുലർച്ചക്കോഴി നീട്ടി കൂവി...

മാടനടി

ആകാശം മുട്ടെ ഉയർന്ന് പന്തലിച്ച് നിൽക്കുന്ന കരിം പച്ച കടുക്കാച്ചി മാവിൽ നിന്ന് അന്ന് ഒരു നട്ടുച്ച നേരത്ത് വെടി ശബ്ദം കേട്ടിട്ടെന്ന മാതിരി തൂങ്ങികിടന്ന ഒരായിരം വാവലുകൾ പരിഭ്രാന്തിപ്പെട്ട് എങ്ങോട്ടെന്നില്ലാതെ പറന്നു...

താഴെ കോരയും കൈതയും കാരമുള്ളും നിറഞ്ഞൊരു കാടാണ്...

കാവിപ്പാടത്തിനോരത്ത് ഒട്ടിത്തൂമ്പക്ക് വെട്ടിക്കേറ്റി തൈക്കൂനയും തറപ്പാടും പിടിച്ച് ഉണ്ടാക്കിയെടുത്തതാണ് ഈ വാഴത്തറ ചിറ. അന്നും ഇന്നും പകലുപോലും ആള് കടക്കാൻ മടിക്കുന്നിടം.

അന്നൊരു കാലം.

വെച്ച തൈയ്ക്കൊക്കെ ആണ്ടോടാണ്ട് ചേറ് കോരിയിട്ട് ചൊട്ട പൊട്ടി പനങ്കുരലുപോലെ തേങ്ങാ കായ്ച്ചു തുടങ്ങി.

നാലു ചുറ്റും ചിറയും നടുക്ക് കണ്ടവും. അതാണ് പുരയിടത്തിന്റെ കിടപ്പ്.

മുട്ടശ്ശേരി പരമേശ്വര കമ്മള് വക അൻപത് ഏക്കർ സ്ഥലമാണത്. അതിനൊരരികു പറ്റി കുടിലുവെച്ച് കഴിയുന്നുണ്ട് കുടികിടപ്പുകാരനായ അടിമപ്പുലയനും, മാണി പുലയിയും. പകലന്തിയോളം പണി എടുത്തു നടക്കും. കുഴയുമ്പോൾ കുടിലിലേക്കങ്ങ് കേറും. രാത്രിയിലാണേൽ ആളനക്കമില്ല. ഇരുട്ടു വന്നങ്ങ് ചൂഴ്ന്ന് നില്ക്കും. ഒരു ചിമ്മിനി വെട്ടത്തിനു പോലും വകയില്ലാക്കാലം. ചില രാത്രികളിൽ കടുക്കാച്ചി മാവിനെ ഒരായിരം മിന്നാമിന്നികൾ വട്ടം ചുറ്റി പറക്കും. അപ്പോ അടിമപ്പുലയന് തോന്നും, മാനം പൊട്ടിവീണതാന്ന്.

ചില രാത്രികളിൽ മാക്രിയും ചീവീടും ഒച്ച വെച്ച് ഉയർക്കും. അത് കേട്ട് കേട്ടു അങ്ങ് ഉറങ്ങും.

പല രാത്രികളിലും തെക്ക്, അങ്ങ് ദൂരെ, കുന്നുമ്മപ്പാടത്തിനവിടെ ഒരു വെള്ളിവെളിച്ചം പാഞ്ഞ് നടക്കുന്ന കാണാഞ്ഞ് അപ്പോത്തന്നെ പിള്ളാരെക്കൂട്ടി കുടിലിക്കേറി കിടുക്ക് അടക്കും.

അന്നൊരു ദിവസം രാത്രിയില് കാവിപ്പാടത്തിന്റെ നടുക്കൂന്ന് ഒരു പോത്തിന്റെ അമറിവിളി കേട്ടു നടുങ്ങി. പൊലർച്ചെ എണീറ്റിട്ടും ആധി മാറിയില്ല. ചെന്ന് നോക്കിയപ്പോ ചോര വാർന്നൊരു പോത്ത് ചത്ത് മലച്ച് കിടക്കുന്നു.

ഇത് മാടനടിച്ചതാ... !

കണ്ടവരൊക്കെ പറഞ്ഞു.

പിന്നെപ്പിന്നെ ഒച്ചയും ബഹളോം ഒക്കെ അടുത്തടുത്തു വന്നു. രാത്രിയായ തെങ്ങേന്ന് കരിക്ക് കുല ചെത്തിയിടുന്ന ശബ്ദം കേട്ട് പലപ്പോഴും ഭയന്ന് എണീറ്റു.

പിന്നെപ്പിന്നെ കുടിലിന്റെ ചെറ്റപ്പുറത്തൊക്കെ കമ്പിട്ടടിക്കുന്ന ഒച്ച കേട്ട് പിള്ളാര് വാവിട്ട് കരഞ്ഞു. രാവിലെ നോക്കിയാലൊന്നും കാണാനില്ല.

ഇതെന്ത് കളിയെന്റെ ദേവിയേ !

പരമേശ്വര കമ്മളെ കണ്ട് കാര്യം പറഞ്ഞു.

തമ്പുരാനെ ഇതിനൊരു പോംവഴിയുണ്ടാക്കണം.

കമ്മള് കാര്യമായി ആലോചിച്ചു. ഒന്ന് പ്രശ്നം വെച്ച് നോക്കണം.

ആളുകൾ അഭിപ്രായം പറഞ്ഞു.

നോക്കിയപ്പോ എന്താ...

ആത്മാക്കള് കൂട് കൂട്ടിയേക്കണെ സ്ഥലമാ അത്. മല്ലനും മതേവനും തുടങ്ങി ഒട്ടനവധി പേരുണ്ടവടെ...

മന്ത്രവാദികളെത്തി. സന്ധ്യക്കാകെ ഹോമപ്പുക ഉയർന്നു.

അതൊക്കെ പാതിരാ വരെ നീണ്ടു.

കാലം കൂടുന്ന ദിവസം. മന്ത്രവാദം അതിന്റെ ഉച്ചസ്ഥായിയിൽ എത്തി. പ്രേതാത്മാക്കളെ പിടിക്കാൻ മറുതായുടെ സഹായം തേടി.

ഉറഞ്ഞുതുള്ളലുമായി വെളിച്ചപ്പാടെത്തി...

പ്രശ്നഹാരി പറയുന്ന ഓരോ ദുരാത്മാവിനേയും മറുത പിടിച്ചു. ചിലരെ കുടത്തിലും, ആണിയിലും. മറ്റു ചിലരെ രക്ത ചന്ദനത്തടി കൊണ്ട് നിർമ്മിച്ച ആൾ രൂപത്തിലുമൊക്കെയായി

ബന്ധിച്ചു.

എത്ര ശ്രമിച്ചിട്ടും പിടി കൊടുക്കാതെ ഒരാൾ ഒഴിഞ്ഞു മാറി - മല്ലൻ.

മറുത അലറിപ്പാഞ്ഞു. പാടത്തും പറമ്പിലുമായി മല്ലന് പിന്നാലെ...

മറുതക്കു പിന്നാലെ ആൾക്കൂട്ടം പന്തവുമായി ഓടി തളർന്നു.

കാവിപ്പാടം മുഴുവൻ തകർത്തു വാരിയ മല്ലൻ രക്ഷയില്ലാതെ അവസാനം കാവിലമ്പലത്തിൽ കാളിക്കു മുന്നിൽ അഭയം പ്രാപിച്ചു.

മറുതയ്ക്കു മുന്നിൽ കാവിലമ്പലത്തിന്റെ മരവാതിൽ അടഞ്ഞു.

കാളി അകത്തും മറുത പുറത്തും.

കാളിയുടെ കാൽക്കൽ നിന്നും മല്ലനെ പിടിക്കാനാകാതെ മറുത നിന്നു.

വിഷണ്ണയായ മറുത ഉറഞ്ഞു തുള്ളി.

പുരുഷാരം സ്തംഭിച്ചു നിന്നു.

മറുത നട നേരെ നിന്ന് അലറി...

പിന്നെ...

അമ്മോ... ! എന്ന വിളി ഉയർന്നു...

നെഞ്ചത്ത് ആഞ്ഞ് മൂന്ന് അല അലച്ചു...

ദിക്കെട്ടും നടുങ്ങി...

മറുത തോൽക്കാൻ പാടില്ല... കാളി പിടി അയച്ചു...

മല്ലനെ പുറത്തേക്ക് വിട്ടു...

വീണ്ടും ഓടാനാഞ്ഞ മല്ലനെ കുളക്കരയ്ക്ക് പടിഞ്ഞാറ് ബഹളാമുഖിത്തറയിൽ വെച്ച് മറുത ബന്ധിച്ചു...

ആർപ്പുവിളികളുമായി ജനം വാഴത്തറ ചിറയിലേക്ക് മടങ്ങി. ദിക്കു പൊട്ടുന്ന ഒരു അലർച്ച അന്തരീക്ഷത്തിൽ പ്രതിധ്വനിച്ചു..

ജനം ഭയന്ന് വിറച്ചു...

കളത്തട്ടിന് പടിഞ്ഞാറ് നിന്ന ആലിന്റെ തെക്കോട്ടു നിന്ന ഒരു വലിയ കൊമ്പ് വെട്ടിയിട്ടിട്ടെന്നവണ്ണം നിലം പൊത്തി.

മൂന്നാറ്റിൻ മുഖം

അടവിക്കാവിൽ നിന്ന് ഇലയും മുള്ളും പോവാതെ ചൂരല് ചുവടോടെ പിഴുതെടുത്തു. മുള്ളുകൊണ്ട് മൂന്ന് തുള്ളി ചോര കാവിലേക്ക് ഇറ്റ് വീണു..

ചെത്തിക്കമ്പ് ചെത്തി വെച്ചു...

വെട്ടിയെടുത്ത പാലക്കൊമ്പിന്റെ മുറിവിൽ നിന്ന് പാല് കമഴ്ന്നതു പോലെ കറ താഴോട്ടൊഴുകി. ദേശഗുരുതിക്കുള്ള ഒരുക്കത്തിലാണ്. നാട്ടുകാർക്ക് എല്ലാത്തിനും കാവിലമ്മയാണ് ശരണം.

ഒരു കൈവട്ടാക്കുരുതി കഴിച്ചാൽ സാധിക്കാത്തതായി ഒന്നുമില്ല.

ബോധ്യപ്പെടുത്തലൊക്കെ അമ്മയുടെ അടുത്താണ്. കളവുപോയ മൊതലുവരെ തിരിച്ചു കിട്ടും.

കുറ്റാരോപിതർ നടക്കലെത്തി സത്യം ചെയ്താൽ ആരോപ ണത്തിൽ നിന്ന് ഒഴിവാക്കും. കോടതിയും നിയമവുമൊക്കെ അമ്മയെ മുൻ നിർത്തിയാണ്.

'കാവിലമ്മയാണെ സത്യം... ' എന്ന് ആണയിട്ടാൽ അതാണ് സത്യം.

ധൈര്യത്തിന് ഒരു ചരട് ജപിച്ചു കെട്ടിയാൽ മതി. അതാണ് അമ്മ... കരുമാടിയുടെ കാളിയമ്മ...

അമ്മയുടെ ദേശക്കുരുതിയാണ്.

നാടിന്റെ രക്ഷക്കായി വർഷത്തിൽ ഒരു പ്രാവശ്യം നാലു ദിക്കിലും കുരുതിക്കളം തീർത്ത് വലിയ കുരുതി നടത്തും.

അതിനായി കുരുതിത്തറകളുമുണ്ട്. തെക്കു കിഴക്കേ മൂല മണലാടി കളം, തെക്കു പടിഞ്ഞാറെ മൂല കന്നികോണി ചെട്ടി, വടക്കു പടിഞ്ഞാറെ മൂല വിളക്കുമരം, വടക്കു കിഴക്കേ മൂല, മൂന്നാറ്റുമുഖം എന്നിവിടങ്ങളിലാണ് കുരുതിത്തറകൾ.

അവയുടെ ബാക്കിപത്രങ്ങൾ ഇപ്പോഴും അവിടെ കാണാം.

ദേശക്കുരുതികളൊക്കെ നിന്നു പോയി. ഒപ്പം നാടിന്റെ ചൈത ന്യവും.

വലിയ കെട്ടുവള്ളം കര ചേർത്തിട്ടിരിക്കുന്നു. ഊന്നുകാരും

കൈക്കാരുമൊക്കെ തയ്യാറായി കഴിഞ്ഞു. ഉരുളിയും വലിയ വാർപ്പും വാഴപ്പോളയും പന്തവുമൊക്കെ എടുത്തു വെച്ചു.

മറുത എത്തി കഴിഞ്ഞു. ഇനി കാളി പുറപ്പാടാണ്.

പുന്നമരത്തിൽ നിന്ന് ചക്കരക്കയറ് കെട്ടുവിടുവിച്ചു.

മുന്നും പിന്നും ആള് നിന്ന് ഊന്നി, കെട്ടു വള്ളം മുന്നോട്ട് പോയി. മൂന്ന് വരി മുള്ളു നിറഞ്ഞ കൈതോലകളെ തൊട്ടു തലോടി വള്ളം പൂക്കൈയാറ് പിടിച്ചു.

വെള്ളത്തിന്റെ ഓളത്തിനൊപ്പം കത്തിച്ചു വെച്ചിരുന്ന റാന്തലുകൾ തൂങ്ങിയാടി. ആയാസപ്പെട്ട് വള്ളം മൂന്നാറ്റു മുഖം പിടിച്ചു. കുരുതിക്കുള്ള വട്ടം കൂട്ടലായി. നാടിന്റെ വടക്ക് കിഴക്കേ മൂലയാണ്.

കുരുതി കാണാൻ അമിച്ചകരി, ചമ്പക്കുളം, നെടുമുടി എന്നിങ്ങനെ സമീപ കരകളിൽ നിന്നൊക്കെ ആള് കൂടിയിട്ടു ണ്ട്. ഒപ്പം അവിടുത്തെ തറകളിലെ വെളിച്ചപ്പാടന്മാരും...

പോളപ്പതങ്ങളിൽ രുധിരം നിറഞ്ഞൊഴുകി...

എണ്ണ വെളിച്ചത്തിൽ എറിഞ്ഞ തെള്ളി ആകാശത്ത് കൂറ്റൻ തീഗോളങ്ങൾ തീർത്തു...

എരി തേങ്ങ ഉഴിഞ്ഞെറിഞ്ഞ് കയ്യിലവശേഷിച്ച പന്തവുമായി തിരികെ യാത്രക്കൊരുങ്ങി കാളിയും മറുതയും.

നിൽക്കുക... !

ഒരു ശബ്ദം ഉയർന്ന് പൊങ്ങി...

നാട്ടിലെ ഒരു പ്രമാണിയാണ്.

പന്ത വെളിച്ചത്തിൽ കയ്യിലിരുന്ന അരമണി വെട്ടി തിളങ്ങി...

"കരുമാടിയിലെ ഭഗവതിമാര് കേമത്തികളാണന്ന് കേട്ടിട്ടു ണ്ട്. സാമർത്ഥ്യക്കാരണങ്കിൽ ഈ അരമണി കൂടി എടുത്തു കൊണ്ട് പോണം... "

പുത്തനരമണി മൂന്നാറ്റുമുഖത്തെ ആറ്റിലേക്ക് വലിച്ചെറി ഞ്ഞു...

ഹുങ്കാരം മുഴക്കി അത് ആറ്റിലേക്ക് താഴ്ന്നു.

"മിടുക്കരാണേ അത് മുങ്ങിയെടുക്ക്... "

പരീക്ഷണം... !

എന്ത് സംഭവിക്കും എന്ന് കൺപാർത്തിരുന്ന ജനത്തിന്റെ തലക്ക് മീതേ ഒരു ഞാറപക്ഷി കരഞ്ഞു കൊണ്ട് വടക്ക് നിന്ന് തെക്കോട്ട് പറന്നകന്നു...

ഭയത്തോടെ ജനം. മറുത കാളിയുടെ മുഖത്തേക്ക് നോക്കി. കോപം കൊണ്ട് കണ്ണുകൾ തള്ളി പിടിച്ചിരിക്കുന്നു. മടക്കി കടിച്ചിരിക്കുന്ന നാക്കിനൊപ്പം ചുണ്ട് വിറക്കുന്നു.

അമ്മോ... !

മറുത അലറി...

തിരിഞ്ഞ് നിന്ന് വാളും ശൂലവും ചിറയിലേക്ക് കുത്തിയാഴ്ത്തി. കത്തിച്ച പന്തവുമായി മറുത ആറ്റിലേക്ക് പറന്നു.

നിറഞ്ഞ നിശബ്ദത...

ആറിന്റെ ആഴങ്ങളിലേക്ക് കണ്ണ് പായിച്ച് ജനം.

നിമിഷങ്ങൾ ഒന്നൊന്നായി എണ്ണി മാറുന്നു.

ഒരു ഓളത്തള്ളൽ...

മുകളിലേക്ക് കുതിച്ചുയർന്ന് മറുത.

ഒരു കയ്യിൽ അര മണിയുടെ അലയൊലി. മറുകയ്യിൽ പന്തം കെടാതെ കത്തി നിൽക്കുന്നു.

കാളിയമ്മേ... മാപ്പ്...

ജനം അലറി വിളിച്ചു.

കുഴഞ്ഞുവീണ പ്രമാണിയെ ആരൊക്കെയോ ചേർന്ന് താങ്ങി. മൂന്നിന്റന്ന് അരി വാരിപ്പൊത്തിയ പോലെ ദേഹം മുഴുവൻ പൊങ്ങി.

മൂന്നാറ്റിൻ മുഖത്ത് ഇപ്പോഴും അസമയങ്ങളിൽ ഒരു അരമണിയൊച്ച ബാക്കിയായി...

മണലാടിക്കളം

ഇഷ്ടമില്ലാത്തെന്നവണ്ണം ഇലഞ്ഞിമരം ആർത്തലച്ച് കടപുഴകി വീണു.

പഴയ കുര്യാല മാറ്റി പുതിയ അമ്പലം ഒരെണ്ണം നിർമ്മിക്കാനുള്ള പുറപ്പാടാണ്. അതിന് അവര് ആദ്യം തടസമായി കണ്ടത് ഈ പൂത്തുലഞ്ഞു നിൽക്കുന്ന ഇലഞ്ഞി മരമാണ്.

അതങ്ങനെയാണ്.

പഴയതിനെ കടപുഴക്കിയേ പുരോഗമനം കടന്നുവരൂ. നാല് മുറി കരയിലേയും പ്രമാണിമാർ ഒത്തുകൂടി. ക്ഷേത്ര നിർമ്മാണത്തിനുള്ള പണം കണ്ടെത്തണം. എന്താണ് അതിനൊരു മാർഗ്ഗം... ?

കൂട്ടത്തിലൊരു കലാപ്രേമി അതിനൊരു ഉപായം പറഞ്ഞു.

കോട്ടയത്തിനടുത്ത് ഒളശ്ശയിൽ വിശ്വകേരള കലാസമിതി എന്നൊരു നാടകസമിതിയുണ്ട്. അവര് കാപാലിക എന്ന നാടകം കളിക്കുന്നുണ്ട് നമുക്ക് അത് കാശ് വെച്ച് കളിച്ചാലോ?

സംഗതി ഉഷാറായി. അമ്പലപ്പുഴയിലെ കൃഷ്ണ കൊട്ടക വാടകക്കെടുത്ത് അവിടെ നാടകം നടത്തി... നാടകം ഉഷാർ ഉഷാർ...

എൻ എൻ പിള്ളയല്ലേ ആള്...

പക്ഷെ ചിലവ് കഴിച്ച് മിച്ചമൊന്നുമില്ല. നാട്ടുകാരെ ബോധിപ്പിക്കേണ്ടേ ?

ഉള്ളതുകൊണ്ട് ഒരു ആഞ്ഞിലിത്തടി വാങ്ങി അമ്പലപ്പറമ്പിലിട്ടു.

കാലം ഇഴഞ്ഞിഴഞ്ഞ് നീങ്ങി...

അന്നൊരു ദിവസം. നേരം ഓടിത്തുടങ്ങിയപ്പോൾ അങ്ങ് ദൂരെ തെക്ക് ദേശത്തു നിന്ന് വെള്ളയിട്ട് തലപ്പാവ് വെച്ച ഒരു മുസ്ലിയാര് കരുമാടിയിലെത്തി. ഉച്ചവരെ ആൽത്തണലിലെ കുഞ്ഞ് ചായക്കടയുടെ തടിപ്പലകയിൽ ഇരുപ്പുറപ്പിച്ചു. ഉച്ചക്ക് പോയി നിസ്കാരവും കഴിച്ച് വീണ്ടും പലകപ്പുറത്ത് വന്നിരുന്നു.

മൂക്കിപ്പൊടിയുടെ മണം പരത്തി വന്നൊരാൾ അടക്കം ചോദിച്ചു.

എന്നതാ ഉദ്ദേശ്യം?

കല്ലുമ്മേലമ്പലം വരെ ഒന്ന് പോകണം.

അവിടെ ഇനി ആളെത്തണേ വൈകുന്നേരമാകും...

സാരമില്ല കണ്ടിട്ടു പോകാം...

അറിഞ്ഞ് കേട്ട് വട്ടം കൂടി വൈകുന്നേരത്തേക്ക് ഒരാൾക്കൂട്ട മായി...

മുസ്ല്യാരുമൊത്ത് അമ്പലത്തിലേക്ക്...

കാര്യക്കാരോട് കാര്യം പറഞ്ഞു...

"കൈയിലൊരു ജിന്നുണ്ട്... ഇവിടെ ഒന്ന് ഇരുത്തണം. "

ഇസ്ലാമല്ലേ ഇവിടെ ഇരുത്തുന്നതെന്തിനാ...

ബീമാപള്ളിയിലോ കാക്കാഴത്തോ ഒക്കെ പോരേ...

പോരാ...

മറുതക്കൊപ്പം ഇരിക്കണമെന്നാ ജിന്ന് പറയുന്നേ...

എന്തു ചെയ്യണമെന്നറിയാതെ ജനം പിറുപിറുത്തു.

നല്ല ആളാ... സഹായിയാ... നല്ലതേ വരൂ... എന്റെ ഒപ്പം ആള് നിക്കില്ല...

നിസ്സഹായതയോടെ മുസ്ല്യാര് പറഞ്ഞു.

എന്നാ ഇരിക്കട്ടെ ഒര് ജിന്ന്...

പ്രമാണിമാർ തീരുമാനം പറഞ്ഞു.

മറുതക്ക് ചേർന്ന് ജിന്നിനേയുമിരുത്തി.

കുരുമുളകും സാമ്പ്രാണിയുമൊക്കെ വഴിപാടായി നൽകി. മറുതക്കൊപ്പം ജിന്നിന്റെ വിളയാട്ടവും തുടങ്ങി.

കാലം പിന്നെയും മുന്നോട്ട് നീങ്ങി. കമ്മിറ്റികൾ പലതും വന്നു. അമ്പലം പണിയാനെടുത്ത ആഞ്ഞിലി ദ്രവിച്ചു തീർന്നു. കുര്യാല നിലം പൊത്തി.

പുതിയതൊന്നിന്റെ പണി തുടങ്ങി.

പൂജക്ക് പോറ്റിമാർ വേണമെന്നായി ചിലർ.

അങ്ങനെ കൗളാചാരങ്ങളൊക്കെ താളം തെറ്റി തുടങ്ങി.

കോഴി വെട്ടൊക്കെ നിർത്തി.

ആചാരങ്ങളൊക്കെ, അവിടയുമല്ല ഇവിടെയുമല്ല എന്ന സ്ഥിതി. ആർക്കും ഒരു തിട്ടവുമില്ല...

പുതിയ വെളിച്ചപ്പാട് കാവിൽ ഭജനം പാർത്ത് വന്നു.

പക്ഷേ, മറുത അനുഗ്രഹിക്കുന്നില്ല.

പഴയ കാലത്തെക്കുറിച്ചോർത്ത് ആളുകൾ പതം പറഞ്ഞു.

പണ്ടൊരാണ്ടിൽ പന്നക്കളത്തിനടുത്ത് ഒരു മണലാടിക്കളമുണ്ട്.

ദേശക്കുരുതി നടക്കുന്നിടം. വെട്ടിക്കേറ്റിയ ഒരു സമചതുരത്തറ ഇപ്പഴും കയ്യേറ്റം കഴിഞ്ഞ് ബാക്കി ചിലതുണ്ട്.

പാടത്തു പണിക്കുവരുന്ന പെണ്ണുങ്ങളൊന്നും തീണ്ടാരിക്കാലത്ത് അതിന്റെ ഏഴയലത്ത് ചെല്ലില്ല. മറുത അനുഗ്രഹിച്ചലറുന്ന കാലം. ദേശക്കുരുതി കഴിഞ്ഞ് തിരിഞ്ഞുനോക്കാതെ കെട്ട് വള്ളം വിട്ടിങ്ങു പോന്നു...

കുറച്ചു മാറിയിങ്ങു പോന്നപ്പോഴാണ് അറിയുന്നത് വലിയ ഉരുളി വള്ളത്തിലേക്ക് എടുത്തിട്ടില്ല...

എന്ത് ചെയ്യും... നേരം പാതിരാ പിന്നിട്ടിരിക്കുന്നു.

ഉരുളിയെടുക്കാതെ തിരികെ പോകാനുമാകില്ല...

വള്ളം തിരിച്ചു വിട്ടു... മണലാടിക്കളത്തിലേക്ക് മറുത ചാടിയിറങ്ങി... നാലാള് പിടിക്കണ ഉരുളി ഒറ്റകൈക്ക് തൂക്കി വള്ളത്തിലേക്കിട്ടു...

വേഗം വിട്ടോ... തിരിഞ്ഞൊന്നു നോക്കി...

മണലാടിക്കളമാകെ കയറൂരി വിട്ട പോത്തുകൾ കൊമ്പ് കോർത്ത് ഉലയുന്നു... നൂറ് കുളമ്പൊച്ചകൾ കാതുകളിൽ ആർക്കുന്നു...

അത്ഭുതം ഉണർത്തുന്ന അനുഭവങ്ങൾ അങ്ങനെ എത്രയെത്ര...

പക്ഷെ ഇവിടെ...

ചെണ്ടകൾ ഒന്നിനുമേലൊന്നായി അലറുന്നു. മറുത അനുഗ്രഹിക്കുന്നില്ല... പട്ടുടുത്ത് ഭസ്മം പൂശിയ വെളിച്ചപ്പാട് നിശ്ചലനായി നിന്നു.

അമ്പലപ്പുഴയിൽ നിന്നെത്തിയ പ്രഗത്ഭരൊക്കെ കൊട്ടിത്തളർന്നു. തോല് പൊട്ടിയമർന്ന് ഒരു ചെണ്ട താഴേക്ക് ഊർന്നു വീണു...

മറുത അനങ്ങിയില്ല...

കാലം പിന്നിടുന്നു.

ആചാരങ്ങളും അനുഷ്ഠാനങ്ങളുമൊക്കെ ആളുകൾ മറന്നു തുടങ്ങി...

മറുതയേയും...

കാലം ഇന്നോളമെത്തി...

അന്നൊരു ദിനം അമ്മയുടെ ആയുധം എന്റെ വീട്ടിലുമെത്തി... ഉറഞ്ഞുതുള്ളി അമ്മ കുരുതി നിറച്ചു

പുറപ്പെടാനാഞ്ഞിറങ്ങിയ മറുത തിരികെയെത്തി.

ആയുധം വീണ്ടും ഇറക്കി വെച്ചു

"എനിക്കൊന്നൂടെ ഇരിക്കണം.. !"

അമ്മയിരിക്കുന്നത് മക്കളുടെ മനസ്സുകളിലല്ലെ...

മറുതാക്കാലം മനസ്സുകളിൽ തിരികെയെത്തിയിരിക്കുന്നു.

കാലം പറയുന്ന കഥകൾക്ക് കാതോർത്ത് ഞാനും...

അനുബന്ധക്കുറിപ്പുകൾ

1. കലശം എഴുന്നള്ളത്ത്

ക്ഷേത്രങ്ങളിൽ നടത്താറുള്ള ശുദ്ധീകരണം, നവീകരണം എന്നിവയ്ക്ക് പൊതുവേ കലശം എന്നു പറയാറുണ്ട്. കലശം എന്ന വാക്കിന് കുടം എന്നാണർത്ഥം. മൺ കലശങ്ങളിൽ (കുംഭങ്ങളിൽ) പലതരം ദ്രവ്യങ്ങൾ നിറച്ച് പൂജിക്കുകയും ദേവന് അത് ആടി ശുദ്ധി വരുത്തുകയും ചെയ്യുന്ന താന്ത്രിക കർമ്മമാണത്.

ശാക്തേയ കാവുകളിലെ ഒരു ഉത്സവത്തിനും കലശം എന്നു പറയും. ശാക്തേയ കാവുകളിൽ വഴിപാടായി നടത്താറുള്ള കലശ നിവേദ്യ (മദ്യം)ത്തിനും കലശം എന്നു പറയും. ചില കാവുകളിലും, സ്ഥാനങ്ങളിലും പുത്തരി കലശം, മുദ്ര കലശം, ദിക്കു കലശം പൊടി കലശം തുടങ്ങിയ വിശേഷ അടിയന്തരങ്ങൾ പതിവുണ്ട്.

കരുമാടി കാവിൽ ഭദ്രകാളി ക്ഷേത്രത്തിലെ പ്രധാന ഉത്സവ ദിവസമായ മകരമാസത്തിലെ തിരുവോണം നാളിൽ രാവിലെ നടക്കുന്ന കലശ പൂജയ്ക്കൊപ്പം കല്ലുമ്മൽ ക്ഷേത്രത്തിലേക്ക് ഒരു കലശം കൂടി പൂജിക്കുന്നു ഇത് ആചാര പെരുമയോടെ കല്ലുമ്മേൽ ക്ഷേത്രത്തിലേക്ക് എഴുന്നള്ളിക്കുന്ന ചടങ്ങാണിത്.

2. കുലവാഴ വരവ്

കാവിൽ ക്ഷേത്രത്തിൽ നിന്നും കൊണ്ടുവരുന്ന കലശം കല്ലുമ്മേൽ ക്ഷേത്രത്തിൽ ആടിയതിനു ശേഷംഅവിടെ തയ്യാറാക്കി വച്ചിരിക്കുന്ന ഒരു കുലവാഴ തിരികെ കാവിൽ ക്ഷേത്രത്തിലേക്ക് എഴുന്നള്ളിക്കുന്നു. ഇതിനായി ലക്ഷണയുക്തമായ ഒരു വാഴ കുലയും കൂമ്പോടും കൂടി വെട്ടി ഒരുക്കി തയ്യാറാക്കിവയ്ക്കുന്നു. കുലവാഴ വരവിലൂടെ കല്ലുമ്മേൽ അമ്മ ഉത്സവ ആഘോഷങ്ങളിൽ പങ്കെടുക്കാനായി കാവിൽ ക്ഷേത്രത്തിലേക്ക് എത്തിച്ചേരുന്നു എന്നതിന്റെ പ്രതീകാത്മകമായ ചടങ്ങാണിത്.

3. കൗളം

ശാക്തേയ സമ്പ്രദായത്തിലുള്ള ഒരു പൂജാ രീതിയാണ് കൗളം. കൗളാചാരം എന്നാണ് പൊതുവേ ഇത് അറിയപ്പെടുന്നത്. ഉത്തര ഭാരതത്തിലെ ചിലയിടങ്ങളിലും കാശ്മീരിലും കേരളത്തിലും ഇതിന് വളരെ പ്രചാരമുണ്ട്. 'കുലേ ഭവ കൗലം'- കുലത്തിൽ ഭവിച്ചത് -പരമ്പരാഗതമായി ലഭിച്ചത് - കൗലം എന്ന് നിരുക്തി പറയുന്നു.

ശക്തിയിൽ ശിവം അന്തർഭവിച്ച് അതിൽ നിന്ന് ഗന്ധാദി പഞ്ച തന്മാത്രങ്ങളും മായ, ശുദ്ധവിദ്യ, മഹേശ്വരൻ, സദാശിവൻ എന്നീ ഒമ്പത് മൂല പ്രകൃതികളും ഉണ്ടാവുകയും അവയുടെ പരിണാമം കൊണ്ട് പഞ്ചഭൂതാത്മകമായ പ്രപഞ്ചം ഉദ്ഭവിക്കുകയും ചെയ്യുന്നു എന്നതാണ് ഈ സമ്പ്രദായത്തിന്റെ പ്രധാന സിദ്ധാന്തം.

64 തന്ത്രങ്ങൾ കൗളാചാരവുമായി ബന്ധപ്പെട്ടുണ്ടെന്ന് പറയപ്പെടുന്നു. വാമകേശ്വര തന്ത്രത്തിൽ ആദ്യത്തെ 400 ശ്ലോകങ്ങളിൽ പൂർവ്വകൗളാചാരത്തെയും ബാക്കി വരുന്ന 400 ശ്ലോകങ്ങളിൽ ഉത്തരകൗളാചാരത്തെയും വിവരിക്കുന്നു. പൂർവ്വ കൗളാചാരക്കാരെ സമയാചാരികൾ എന്നു വിളിക്കുന്നു. ഇവർ കുണ്ഡലിനി ശക്തിയെ ഉണർത്തി മോക്ഷം നേടാമെന്നു വിശ്വസിക്കുന്നവരാണ്. ഇവർ സമഷ്ടിയുടെയും (പ്രപഞ്ചത്തിന്റെയും) വ്യഷ്ടിയുടെയും (വ്യക്തിയുടെയും) പ്രതീകം എന്ന നിലയിൽ ശ്രീചക്രത്തെ സ്വീകരിച്ചിരിക്കുന്നു.

പൂർവ്വകൗളാചാരം വേദ ബാഹ്യമായി ചിലർ കരുതുന്നുണ്ടെങ്കിലും അതിനെ വേദവിരുദ്ധമായി കണക്കാക്കിയിട്ടില്ല.

ദക്ഷിണ ഭാരതത്തിൽ കൗളാചാരത്തിനു രൂപഭേദം വന്നു. ഉത്തരകൗളാചാരം എന്നാണ് ഇത് അറിയപ്പെടുന്നത്.

4. മറപ്പുര

മുൻകാലങ്ങളിൽ വെച്ചാരാധനയ്ക്കായി ശ്രീ കോവിലിനു പകരം കെട്ടിയുണ്ടാക്കുന്ന ഇടമാണ് മറപ്പുര. ഇതെല്ലാ വർഷവും ഉത്സവത്തിന് മുന്നോടിയായി മുളയും ഓലയും വഴുക ഉപയോഗിച്ച് കെട്ടി മേയുന്നത് പതിവായിരുന്നു.

5. പാട്ടുപുര

പാട്ടമ്പലം എന്നും ഇതിനെ വിളിച്ചു പോരുന്നു. ശ്രീകോവിലിനു മുമ്പിലായി നാലുവശവും അഴികളോട് കൂടിയ പാട്ടമ്പലം ഉണ്ടായിരുന്നു. കാപ്പു കെട്ടിയിരിക്കുന്നത് ഈ പാട്ടമ്പലത്തിലാണ്. കാപ്പ് കെട്ടി നടുക്ക് വെച്ചാൽ പിന്നെ നാലു പുറവും നറുക്കില ഇടാ

നുള്ള വിടവ് മാത്രമെ ഉള്ളിൽ ഉണ്ടാകൂ. കിഴക്കുവശമുള്ള വാതിലിന് മുന്നിലായി ഒരു തള്ള് ഉണ്ടാവും അതിനിരുവശവും രണ്ടും മരത്തൂണുകളും ഉണ്ട്. വെളിച്ചപ്പാട് തുള്ളി അനുഗ്രഹം മാറുന്നത് ഈ തൂണിൽ പിടിച്ചു കൊണ്ടായിരുന്നു. ഉത്സവത്തിന് മുമ്പായി ഓലകെട്ടി മേയും. മുൻ വരിയിൽ അഞ്ചാറ് ഓലക്കതിര് നിർത്തിയിരിക്കും. കാപ്പുകെട്ടിന്റെ അന്ന് മാത്രമേ മുറിക്കുകയുള്ളൂ. കാപ്പു കെട്ടിയതിനു ശേഷം ഉത്സവ ചടങ്ങുകൾക്ക് തുടക്കമായി എന്ന അറിയിപ്പിനായി കറുത്ത എന്നെഴുതിയ ഒരു കൊടി പാട്ടമ്പലത്തിന് മുൻവശത്ത് തൂക്കിയിടുക പതിവുണ്ടായിരുന്നു.

6. കോമരങ്ങൾ

കാവുകളിൽ ദേവതയുടെ പ്രതിനിധിയായി വർത്തിക്കുന്നവൻ(ർ). കൊണ്ടാടുന്നവനാണ് കോമരം ഭഗവതിയെ / ദേവതയെ തന്നിലേക്ക് കൊള്ളുന്നവനാണയാൾ.

'തനിക്കു തക്കൊരു കോമരത്തെ
എടുത്തു കുലുക്കി വിളയമ്മേ'

എന്നു പാട്ടിൽ പറഞ്ഞതുപോലെ, ദേവ ചൈതന്യം ഉൾക്കൊണ്ട് ഉറഞ്ഞുതുള്ളും. വാളും നെറ്റിപ്പട്ടവും ഉണ്ടാവും. കോമരം തീയിൽ ചാടുന്ന സന്ദർഭങ്ങളും ഉണ്ട്.

കൗളാചാരപ്രകാരമുള്ള പൂജകൾ ചെയ്യുന്ന കർമ്മികളെ ഇവിടെ വിളിച്ചിരുന്ന പേരാണ് കോമരന്മാർ. കല്ലുമ്മേൽ ക്ഷേത്രത്തിൽ നടന്നു വന്നിരുന്ന ചടങ്ങുകൾക്ക് നേതൃത്വം കൊടുത്തിരുന്നത് ഇവരായിരുന്നു പണ്ടുകാലങ്ങളിൽ കാപ്പുകെട്ടിന് മുമ്പേ തന്നെ പരികർമികളും മേളക്കാരുമായി എത്തുന്ന കോമരന്മാർ കുരുതി ഉൾപ്പെടെയുള്ള ക്ഷേത്ര ചടങ്ങുകൾ തീർന്നതിന് ശേഷം മാത്രം ആയിരുന്നു മടങ്ങിയിരുന്നത്.

7. മണ്ണാര് പാട്ട്

ഒരു സാമുദായികഗാനമാണ് മണ്ണാർപാട്ട്. മണ്ണാൻ വിഭാഗത്തിൽ വരുന്ന ആളുകൾ ചെയ്തിരുന്ന ഒരു കലാരൂപം ആണ് മണ്ണാര് പാട്ട്.

ഇതിനായി ക്ഷേത്രത്തിന് മുൻവശം ഇരുവശങ്ങളിലുമായി രണ്ട് മാടം കെട്ടിയുണ്ടാക്കും. കുരുത്തോല കൊണ്ട് അലങ്കരിച്ച വേഷവിധാനത്തോടെ ഒരു മാടത്തിൽ നിന്നും മണ്ണാനും മറു മാടത്തിൽ മണ്ണാത്തിയും കുത്തു പാട്ടുപാടി ചുവടുവെച്ചും അഭിനയിച്ചും കാണിക്കുന്നു. ഭദ്രകാളിയെ പ്രകീർത്തിക്കുന്ന പാട്ടുകളാണ് പാടിവന്നിരുന്നത്.

8. പറയെടുപ്പ്

ഉത്സവകാലം തുടങ്ങുന്നതിന് മുമ്പായി തിരുവായുധവുമായി നാല് മുറി കരയിലും വീടുകളിൽ എത്തി നെല്ല് വഴിപാടായി വാങ്ങിയിരുന്ന ഒരു ചടങ്ങ് ആണിത്. ഇതിനായി വീട് ശുദ്ധമാക്കി നിലവിളക്ക് തെളിയിച്ചുവെച്ചിരിക്കും. തിരുവായുധവുമായി എത്തുന്ന വെളിച്ചപ്പാടിനെയും മേളക്കാരെയും മറ്റുള്ളവരെയും സ്വീകരിച്ച് വീട്ടിലേക്കു ആനയിക്കുന്നു. വീട്ടിൽ തയ്യാറാക്കി വെച്ചിരിക്കുന്ന പറയിലേക്ക് നെല്ല് നിറയ്ക്കുന്നു ഈ സമയം വായ്ക്കുരവകളും മേളവും മുഴങ്ങുന്നു. കർപ്പൂരമുഴിഞ്ഞ് വെളിച്ചപ്പാട് നെല്ല് എടുത്ത് തളിച്ച് പറ സ്വീകരിച്ചതായുള്ള ചടങ്ങുകൾ നിർവഹിക്കുന്നു. നമ്മുടെ വരുമാനത്തിൽ ഒരു വിഹിതം ക്ഷേത്ര ആവശ്യങ്ങൾക്കായി കൊടുക്കുന്നതിനുള്ള ചടങ്ങ് കൂടിയാണിത്.

9. പൂന്നിപ്പണിക്കർ

ദേവതയുടെ ഉടമസ്ഥാവകാശം കൊടുത്തിരിക്കുന്ന ആളുടെ സ്ഥാനപ്പേരാണ് പൂന്നിപണിക്കർ.
ക്ഷേത്ര ചടങ്ങുകൾക്ക് നേതൃത്വം കൊടുക്കാനും തീരുമാനം അറിയിക്കാനും പൂന്നിപ്പണിക്കർക്ക് അവകാശമുണ്ട്. കാപ്പു കെട്ടിന് നേതൃസ്ഥാനം വഹിക്കുക. ദേവതയുടെ ആയുധം വെളിച്ചപ്പാടിന് കൈമാറുക കുരുതി ചടങ്ങുകൾക്ക് തുടക്കം കുറിച്ചുകൊണ്ട് വെളിച്ചപ്പാടിന് കുരുതി കോരി കൊടുക്കുക. തുടങ്ങിയവയൊക്കെ പൂന്നിപ്പണിക്കരുടെ അവകാശമാണ്. നായർ സമുദായത്തിൽ നിന്നുള്ള പ്രതിനിധി കൂടിയാണ്. കല്ലുമ്മേൽ ക്ഷേത്രത്തിൽ പൂന്നിപ്പണിക്കർക്കുള്ള അവകാശം പൂതിയോട്ടുമുറി പത്തിൽ കുടുംബത്തിനാണ്.
മുൻ തലമുറയിൽപെട്ട പത്തിൽ പപ്പുപ്പണിക്കർക്ക് ശേഷം ഇപ്പോൾ പത്തിൽ ദിവാകരൻ നായർ ആണ് ഈ സ്ഥാനം വഹിച്ചു പോരുന്നത്.

10. കാപ്പുകെട്ട്

ക്ഷേത്രത്തിലെ ഉത്സവത്തിന് ആരംഭം കുറിക്കുന്ന ചടങ്ങാണിത് ഇതിനായിമുൻകൂട്ടി ജ്യോത്സനെ കണ്ടു സമയം തീരുമാനിക്കുന്നു ഈ വിവരം അറിയിച്ചുകൊണ്ട് പൂന്നിപണിക്കരെ കാപ്പ് കെട്ടിന് ക്ഷണിക്കുന്നു. തട്ടാൻ വെള്ളിയിൽ പണിയിച്ചു നൽകുന്ന മോതിര വളയം പോലുള്ള കാപ്പ്. മണ്ണാൻ എത്തിച്ചു തരുന്ന ചരടിൽ കോർത്ത് എടുക്കുന്നു. ശ്രീകോവിൽ നിന്നും കൊടുവാള് പുറ

ത്തെ പാട്ടുപുരയിലേക്ക് എഴുന്നള്ളിക്കുന്നു. പീഠത്തിൽ തൂശനിലയിട്ട് നെല്ലും അരിയും തേങ്ങയും വെക്കുന്നു. വെറ്റയും പാക്കും ദക്ഷിണ വെച്ച് നിശ്ചയിച്ച സമയത്തിന് കൊടുവാളിൽ ചേർത്ത് കെട്ടി ചുവന്ന പട്ടിൽ പൊതിഞ്ഞ് പ്രദക്ഷിണം ചെയ്ത് പാട്ട് പുരയിൽ സ്ഥാപിക്കുന്നു. വായ് കുരവയും ഉയർന്ന ചെണ്ടമേളവും ഇതിന് അകമ്പടിയാകുന്നു. അഞ്ച് ദിവസം നീളുന്ന ഉത്സവ ചടങ്ങുകൾക്ക് പരിസമാപ്തിയായി അവസാന ദിവസം വെളുപ്പിനെ കാപ്പഴിച്ച് അകത്തേക്ക് എഴുന്നെള്ളിക്കുന്നു.

11. വെളിച്ചപ്പാട്

ദേവതയുടെ പ്രതിപുരുഷനായി ആയുധം എടുക്കാൻ നിയോഗിക്കപ്പെടുന്ന ആളാണ് വെളിച്ചപ്പാട്. ഇതിനായി നിയുക്തനായ വ്യക്തി ഭജനമിരുന്ന് മനസ്സ് ഒരുക്കിവെക്കുന്നു വ്രതനിഷ്ഠയോടെ ചുവന്ന പട്ടുടുത്ത്, തിരുവായുധങ്ങളായ വാളും ശൂലവും അരമണിയും ധരിക്കുന്നു. പലപ്പോഴും അനുഗ്രഹം കൊള്ളുകയും ദേവതയുടെ വെളിപാടുകൾ അറിയിക്കുകയും ചെയ്യുന്നു. ദേവത വെളിച്ചപ്പെടുന്ന വ്യക്തിയായതുകൊണ്ട് വെളിച്ചപ്പാട് എന്ന് വിളിക്കും.

കുഞ്ചു വെളിച്ചപ്പാടും കിട്ടൻ വെളിച്ചപ്പാടും കല്ലുമ്മേൽ ക്ഷേത്രത്തിലെ മുൻ തലമുറയിൽ പെട്ട പ്രഗൽഭരായ വെളിച്ചപ്പാടൻമാർ ആയിരുന്നു.

12. താലപ്പൊലി

പ്രധാനമായും ദേവീക്ഷേത്രങ്ങളിൽ നടന്നുവരുന്ന ആചാരമാണ് താലപ്പൊലി. ഇതിനായി സ്ത്രീകൾ വ്രതശുദ്ധിയോടെ തളികയിൽ നെല്ല് അരി പൂവ് എന്നിവ നിറച്ച് അതിൽ നാളികേരം ഉടച്ചതിൽ നിന്ന് ഒരു മുറിയെടുത്തു ശുദ്ധമായ എണ്ണ നിറച്ച് എള്ള് കിഴിയോ തിരിയോ കത്തിക്കുന്നു.

ഇത്തരത്തിൽ വരിവരിയായി നിന്ന് പ്രധാന ദേവതയെ ആനയിക്കുന്ന ചടങ്ങാണ് താലപ്പൊലി. ദേശത്ത് പൊതുവായി നടത്തുന്നതിന് ദേശ താലപ്പൊലി എന്നും വീടുകളിൽ നിന്ന് വഴിപാടായി നടത്തുന്നതിന് വഴിപാട് താലപ്പൊലിയെന്നും വിളിക്കുന്നു.

കല്ലുമ്മേൽ ക്ഷേത്രത്തിലേക്കുള്ള വഴിപാട് താലപ്പൊലിക്ക് വീടുകളിൽ എത്തി കുരുതി നടത്തുന്ന ചടങ്ങ് മുൻ കാലങ്ങളിൽ ഉണ്ടായിരുന്നു.

13. കരിങ്കുരുതി

കല്ലുമ്മേൽ ക്ഷേത്രത്തിലെ പ്രധാന ചടങ്ങാണ് കുരുതിപൂജ,

ഇതിനായി നടയിൽ ഗുരുതിക്ക് 16 കളത്തോടെയും അഞ്ച് ചെറിയ പന്തത്തോടെയും തെക്കുപുറത്ത് ഗുരുതിക്ക് 32 കളത്തോടെയും ആൾ പന്തം ഉൾപ്പെടെ അഞ്ച് പന്തത്തോടെയും, വടക്കുപുറത്ത് ഗുരുതിക്ക് 64 കളത്തോടെയും അഞ്ച് ഇടത്തരം പന്തത്തോടെയും പോള പദം തയ്യാറാക്കുന്നു.
തെക്ക് പുറത്ത് ഗുരുതിക്ക് കരി മറുതക്കായി കരിംകുരുതി തയ്യാറാക്കുന്നു.
ഇതിനായി ചിരട്ട കഴുകി ഉണക്കി കത്തിച്ച് ചിരട്ടക്കരി തയ്യാറാക്കുന്നു ഇത് ഉരലിലിട്ട് പൊടിച്ച് കരിപ്പൊടി ആക്കുന്നു. കുരുതി തയ്യാറാക്കുമ്പോൾ കരിപ്പൊടി കൂടി ചേർത്ത് ഇളക്കി കരിം കുരുതി ആക്കി എടുക്കുന്നു.

14. കടുംനിണം

കുരുതി ചടങ്ങുകൾക്കായി അരിപ്പൊടിയും മഞ്ഞളും ചുണ്ണാമ്പും ചേർത്ത് വെള്ളം ഒഴിച്ച് തിളപ്പിച്ച് കുറുക്കിയെടുത്ത് കൊഴുത്ത നിണം തയ്യാറാക്കുന്നു.

15. പാലരി പൂജ

വടക്കുപുറത്ത് ഗുരുതിയുടെ പ്രധാന ചടങ്ങാണ് പാലരിപൂജ ഇതിനായി പണ്ടുകാലങ്ങളിൽ ക്ഷേത്രത്തിന് വടക്ക് ഭാഗത്തായി ചതുരാകൃതിയിൽ നാല് പച്ചമടലുകൾ സ്ഥാപിച്ച് അതിനെ കുരുത്തോല കൊണ്ട് അലങ്കരിച്ച് പാലരി പൂജയ്ക്കുള്ള സ്ഥലം ഒരുക്കുന്നു അതിന് നടുക്കായി അടുപ്പ് സ്ഥാപിച്ച് മൺ കലത്തിൽ ഉണക്കലരി ഇട്ടു വേവിക്കുന്നു അരി വെന്തു കഴിയുമ്പോൾ തേങ്ങാപ്പാൽ പിഴിഞ്ഞ് ചേർത്ത് കുറച്ച് ശർക്കരയും കൽക്കണ്ടം മുന്തിരി നെയ്യ് തേൻ എന്നിവ ചേർത്ത് വേവിച്ചെടുക്കുന്നു. ഇത് വടക്കുപുറത്ത് കുരുതിക്ക് നേദ്യമായി ഒരു ഇലയിൽ എടുത്ത് പോളപതത്തിലെ കുലവാഴയിൽ സമർപ്പിക്കുന്നു. പാത്ര ഗുരുതിക്ക് വഴിപാട് നടത്തിയവർക്ക് ഇത് പ്രസാദമായി കൊടുക്കാറുമുണ്ട്.

16. വൈക്കത്ത് പത്മനാഭപിള്ള

തിരുവിതാംകൂറിന്റെ സർവാധികാരി ആയിരുന്നു വൈക്കംപത്മനാഭപിള്ള ടിപ്പുവിന്റെ പടയോട്ടകാലത്ത് രണ്ടു പ്രാവശ്യം ടിപ്പുവുമായി ഏറ്റുമുട്ടുകയും വിഷം പുരട്ടിയ വാളുകൊണ്ട് ടിപ്പുവിനെ വെട്ടുകയും ചെയ്തതായി ചരിത്രം പറയുന്നു. ടിപ്പുവിന്റെ തിരുവിതാംകൂർ പ്രവേശനത്തിന് വിലങ്ങു തടിയായത് വൈക്കം പത്മനാഭപിള്ളയുടെയും കുഞ്ചുകുട്ടി പിള്ളയുടെയും ധീരതയാണെന്ന് ഐതിഹ്യമാലയിൽ രേഖപ്പെടുത്തിയിട്ടുണ്ട്. പിന്നീട് ബ്രിട്ടീഷു

കാരോട് ഏറ്റുമുട്ടി ജീവത്യാഗം ചെയ്ത വൈക്കം പത്മനാഭ പിള്ളയെ കരുമാടി കാമ പുരത്ത് ക്ഷേത്രത്തിന് പിന്നിലുള്ള പനത്തറയിൽ ഇരുത്തിയിരിക്കുന്നു.

17. കല്ലേപ്പള്ളി കുറുപ്പ് (ആമയിട)

18. വെള്ളാപ്പള്ളി ഗോവിന്ദപിള്ള (കിഴക്കേമുറി)

വൈക്കം പത്മനാഭപിള്ളയ്ക്കൊപ്പം കാമപുരത്ത് പടിഞ്ഞാറ് പനത്തറയിൽ ഇരുത്തിയിരിക്കുന്ന രണ്ട് വിശിഷ്ട വ്യക്തികളാണ് ഇവർ രാജഭരണകാലത്ത് യുദ്ധരംഗത്തും ഭരണരംഗത്തും നടത്തിയിട്ടുള്ള ശ്രേഷ്ഠമായ പ്രവർത്തനങ്ങളാണ് യോഗി ഭാവത്തിൽ ഇവരെ ഇരുത്തുന്നതിന് കാരണമായിത്തീർന്നിട്ടുള്ളത്.
വറുത്തു പൊടി നേദ്യവും വിശേഷാൽ പൂജകളും ഇവർക്കായി ഇപ്പോഴും പനത്തറയിൽ നടത്തിപ്പോരുന്നു.

19. കുതിര പക്ഷി

തിരുവിതാംകൂറിലെ സർവാധികാരിക്കാരായിരുന്ന വൈക്കത്ത് പത്മനാഭപിള്ള കുഞ്ചുകുട്ടി പിള്ള പടത്തലവൻ എന്നിവരോടൊപ്പം ബ്രിട്ടീഷുകാർക്കെതിരെ പോരാടിയിരുന്ന ഒരു യോദ്ധാവാണ് കുതിരപ്പക്ഷി ഇദ്ദേഹം കൊല്ലപ്പെട്ടതിനു ശേഷം വൈക്കം പത്മനാഭപിള്ളയ്ക്കൊപ്പം കരുമാടി കാവിൽ ക്ഷേത്രത്തിന് കിഴക്കു ഭാഗത്തുള്ള പൂവരശിൻ ചുവട്ടിൽ ഇരുത്തിയിരിക്കുന്നു.

20. ആഥിത്യം സ്വീകരിക്കുന്ന രീതി

കല്ലുമ്മേൽ ക്ഷേത്രത്തിലെ മറുതാച്ചിയമ്മയുടെ വെളിച്ചപ്പാട് ആയുധവുമായി ഇറങ്ങിയാൽ ആദ്യം കാവിൽ ക്ഷേത്രത്തിലെത്തി ഭദ്രകാളിയുടെ അനുമതി മേടിക്കുന്ന ചടങ്ങുമുണ്ട്. ഇതിനായി കാവിൽ ക്ഷേത്രത്തിൽ എത്തുന്ന വെളിച്ചപ്പാടിന് ആയുധം ഇറക്കിവെക്കുന്നതിനുള്ള സൗകര്യം ഒരുക്കുകയും ഒരു കരിക്ക് കുടിക്കാനായി നൽകുകയും ചെയ്യുന്നു. ഇരു ഭഗവതിമാരും തമ്മിലുള്ള ബന്ധത്തിന്റെയും പരസ്പര ബഹുമാനത്തിന്റേയും സൂചനയായിട്ടാണ് ഇതിനെ കാണുന്നത്.

21. വറുത്തു പൊടി

നെല്ല് ഉണക്കി മര ഉരലിൽ കുത്തി തയ്യാറാക്കിയ ഉണക്കലരി പൂജ ആവശ്യങ്ങൾക്കായി പൊടിച്ച് എടുക്കുന്നു.
നേദ്യത്തിനായി അരിപ്പൊടി ശർക്കര അവല് മലര് പഴം കരിക്ക് എന്നിവ സമർപ്പിക്കുന്നു ഇതിന് വറുത്തുപൊടി നേദ്യം എന്ന് പറ

യുന്നു.

22. എരി തേങ്ങ

വീടുകളിലും കുരുതി തറകളിലും തിരുവായുധം എത്തി കുരുതി നടത്തിയതിനുശേഷം നിഷേധശക്തികളെ ഒഴിപ്പിക്കുന്നതിനായി എരി തേങ്ങയും പന്തവുമായി നാലു ദിക്കിലും തെള്ളിപ്പൊടി എറിയുന്ന ചടങ്ങുണ്ട്. ഇതിനായി ഉണക്ക തേങ്ങയുടെ മോന്ത യിൽ ചകിരി കുത്തി നിറച്ച് തൊണ്ട് നേരിയ രീതിയിൽ ഇളക്കി യെടുത്ത് ഒരു കുണുക്ക് ഉണ്ടാക്കുന്നു. ചടങ്ങിൽ പന്തത്തിനൊ പ്പം ഈ തേങ്ങായുടെ മോന്തയും കത്തിക്കുന്നു.

23. ദക്ഷിണ

പണ്ടുകാലങ്ങളിൽ കല്ലുമ്മേൽ ക്ഷേത്രത്തിലെ വെളിച്ചപ്പാടിന് വി ളക്കിനും അടിച്ചുതളിക്കും അഞ്ചു ദിവസത്തെ ഉത്സവ ചടങ്ങു കൾ അവസാനിക്കുമ്പോൾ രണ്ടു പറ നെല്ലും രണ്ട് തേങ്ങയും കുറച്ചു പിടിപ്പണവുമാണ് ദക്ഷിണയായി ലഭിച്ചിരുന്നത്.

24. പൊറുതിയാക്കുക

മുൻകാലങ്ങളിൽ വസൂരി പോലെയുള്ള പകർച്ചവ്യാധികളും മാ റാരോഗങ്ങളും പിടിപെട്ട വീടുകളിൽ കാവിൽ ക്ഷേത്രത്തിൽ നി ന്നും കല്ലുമ്മേൽ ക്ഷേത്രത്തിൽ നിന്നും വെളിച്ചപ്പാട് എത്തി വീട് ശുദ്ധീകരിച്ച് പോകുന്ന ഒരു രീതി ഉണ്ടായിരുന്നു. രോഗം ഭേദമാ യി കഴിഞ്ഞാൽ ബന്ധുജനങ്ങൾ ഇരു ക്ഷേത്രങ്ങളിലും എത്തി ദക്ഷിണ വച്ച് ഭഗവതിമാരെ വീട്ടിലേക്ക് ക്ഷണിക്കുന്നു. കാവിൽ ക്ഷേത്രത്തിലെ ദീപാരാധനയ്ക്കുശേഷം ഇരു വെളിച്ചപ്പാടും ബന്ധപ്പെട്ട വീടുകളിൽ എത്തി കുരുതി നടത്തുന്നു. രോഗം പിടി പെട്ട് മരണപ്പെട്ടെങ്കിൽ മൃതശരീരം സംസ്കരിക്കുന്നതിനും,കിട ന്നിരുന്ന പായും വസ്ത്രങ്ങളും കത്തിക്കുകയും പുകയിട്ടും മെഴു കിയും വീട് വൃത്തിയാക്കുകയും തെള്ളിയെറിഞ്ഞ് വീടിന്റെ അക വും പുറവുമുള്ള വായു ശുദ്ധീകരിച്ചു രോഗാണു വിമുക്തമാക്കി താമസയോഗ്യമാക്കി മാറ്റുന്ന ചടങ്ങാണിത്. ഭക്തിയുമായി ചേർ ത്ത് നിർത്തിയിട്ടുള്ള ഒരു സാനിറ്റേഷൻ നടപടിയായി ഇതിനെ കണക്കാക്കാവുന്നതാണ്.

25. വച്ചാൽ

കൃഷി ആവശ്യത്തിനായി വെള്ളം ഒഴുകിയെത്തുന്നതിനുള്ള വഴി കളിലൊന്നാണ് വച്ചാൽ. വലിയ ആറുകളിൽ നിന്ന് തോടുകളി ലേക്കും അവിടെ നിന്ന് ഇടത്തോടുകളിലേക്കും പിന്നീട് ചെറുതും

വലുതുമായ വച്ചാലുകളിലൂടെയും കൃഷിയിടത്തിലേക്ക് വെള്ളം എത്തിക്കുകയും പുറത്തേക്ക് ഒഴുക്കുകയും ചെയ്യുന്നു.

26. വിത്തു തെണ്ട

പണ്ടുകാലങ്ങളിൽ വർഷത്തിൽ ഒരുതവണ മാത്രമാണ് കൃഷി ചെയ്തുകൊണ്ടിരുന്നത്. കൊയ്ത്ത് കഴിയുന്ന സമയത്ത് ക്ഷേത്ര ആവശ്യത്തിലേക്ക് നെല്ല് സംഭരിക്കുന്നതിനായി വെളിച്ചപാടും കൈക്കാരും നാട്ടിലിറങ്ങി നെല്ല് സംഭരിക്കുന്നു. പറയെടുപ്പിന്റെ മറ്റൊരു രീതിയാണിത്.

മുൻതലമുറയിൽ ക്ഷേത്ര കമ്മിറ്റിയിൽ പ്രവർത്തിച്ചവർ.

അമ്പലപ്പുഴ ബ്രദേഴ്സ് (ശങ്കരനാരായണ പണിക്കർ, ഗോപാല കൃഷ്ണ പണിക്കർ, രാവുണ്ണി ആശാൻ)
ഉത്തമൻ മാനേജർ
രാമൻകുഞ്ഞ് മാമൂട്
ചെമ്മുന്തറ നാരായണൻ നായർ (മറുത നാരായണൻ)
നാരായണൻ തുണ്ടിൽ
പലിപ്ര ഗോപാലപിള്ള
കൃഷ്ണൻ പോറ്റി വഴുതക്കാട്
ബാലകൃഷ്ണപ്പണിക്കർ വെള്ളേഴം.
മണിയൻ ചുടുകാട്
പങ്കജാക്ഷൻ നായർ എട്ടിൽ

ക്ഷേത്ര ആചാരങ്ങളിലെ ഇപ്പോഴത്തെ സ്ഥാനക്കാർ

പൂന്നിപ്പണിക്കർ - ശ്രീ ദിവാകരൻ നായർ പത്തിൽ
വെളിച്ചപ്പാട് - ശശി കല്ലുമ്മേൽ
വിളക്ക് - സോമൻ കല്ലുമ്മേൽ
കുട / കർത്തേരി പണിക്കർ - സനൽ വെട്ടക്കോട്
അടിച്ചു തളി - സുധ കല്ലുമ്മേൽ

ഭദ്രകാളിപ്പാട്ട്

ഒന്നാംമാലപ്പുറം

ഏളുകടലെട, കടലേ-അയ്യ
ചെന്താമര പോർക്കടലേ

എമ്മണലേ കുന്നും തോന്നിയേ
കുന്നും മേലെ മണച്ചെറ തോന്നിയെ

മണച്ചെറമേലേ ഐതര[1] തോന്നിയേ
തന്നടുക്കേ തോന്നപ്പെട്ടേ

പൊന്നുപോലെ മൊളക്കപ്പെട്ടേ
വെള്ളിപ്പോലെ തണ്ടുരുണ്ടേ

ഈയംപോലെ ഇലപരന്നേ
കെളക്കോട്ടു തിരിഞ്ഞ ഇലയേ

ഉതിമല[2]യെ തോന്നപ്പെട്ടേ
പടിഞ്ഞാട്ടു തിരിഞ്ഞ ഇലയേ

പടിഞ്ഞാട്ടു തിരിഞ്ഞ ഇലയേ
അത്തവേദി[3] പതിക്കപ്പെട്ടേ

തെക്കോട്ടുപോയ ഇലയേ
തേനാതി പതിക്കപ്പെട്ടേ

വടക്കോട്ടുപോയ ഇലയേ
മാവേലിയാം പതിക്കപ്പെട്ടേ

മേപ്പോട്ടുപോയ ഇലയേ
ആകായം പതിക്കപ്പെട്ടേ

കീപ്പോട്ടുപോയ വേരെ
അമ്മയെന്ന തിരുപ്പൂമിയേ

മട്ടംപൊട്ടി മകുടം തെറിച്ചേ
രണ്ടു രണ്ടേ പൊന്നണിമുട്ട

ചിങ്ങമാണി ചെമന്നാറ്റിലേ
ഉതിരവെള്ളം4 പേരാറ്റിലേ,

ഒരു മുഴമേ നൂലിട്ടാലേ - അയ്യ
ആതിയില്ലേ - അന്തമില്ലേ

അങ്ങനത്തെ ചെമന്നാറ്റിലേ
കണ്ടുകണ്ടേലിരിക്കുന്നുണ്ടേ

ആദിവെട്ടം തിരുവടിയാർ
വെള്ളിത്തേരെ താത്തുകെട്ടിയേ

പൊന്നുംതേരേ ഇതുവുകണ്ടേ
കൂടിടത്തു ചാടിക്കണ്ടേ - അയ്യ

ആതിവട്ടം തിരുവടിയാർ
പൊങ്ങിവന്ന തിരക്കുവന്നേ[5]

താണുനിന്നു പതക്കുന്നുണ്ടേ
ഇടംകാലേ തടവിയാണേ

വലംകയ്യേ പിടികൂടുന്നേ
കൊണ്ടുമങ്ങു പതക്കുന്നുണ്ടേ

ആതിവട്ടം തിരുവടിയാർ
വെള്ളിയാനാ നിലാമുറ്റത്തെ

കാറ്റാടുന്ന കളിപ്പന്തലിലേ
പൊന്നുയുല്ലം പൊയ്ന്താലമേ[6]

വെച്ചുമൂടിക്കാണുന്നുണ്ടേ
കെട്ടളന്റെ കെട്ടുകെട്ടിയേ - അയ്യ

പൂട്ടളന്റെ പൂട്ടു പൂട്ടിയേ
ആയിരത്തെട്ടു കെട്ടുകെട്ടിയേ - അയ്യ

നൂറ്റെട്ടു കൊട്ടങ്ങവലിച്ചേ
അടയാള കെട്ടു കെട്ടിയേ - അയ്യ

അന്നുതൊട്ടു ഏഴാം പക്കം
പൊയ്കണ്ടം പൊതനാഴിച്ച

ഇഞ്ചകൊമ്പം മാളിക - മേലേ
തല്ലിവാങ്ങിത്തുന്നെവരേ

പൊന്നുയുൽപ്പം പൊയ്ന്താലമേ
വെച്ചുമൂടിക്കാണുന്നുണ്ടേ

വെള്ളിയുൽപ്പം പൊയന്താലമേ
വെച്ചുമൂടിക്കാണുന്നുണ്ടേ[7]

അയാളക്കെട്ടഴിച്ചേ - അയ്യ
വേകതിനാ തുറന്നു കണ്ടേ

ആടുന്ന കൊടിയേപോലെ - അയ്യ
എരിയുന്ന തീപം പോലെ

ചൂരിയന്റെ കതിരുപോലെ
രണ്ടരണ്ടേ പുള്ളങ്ങളെ

ഒരു ചോരേ പിറന്നവരേ - അയ്യ
ഒരു ചോരയാലേ വളന്നവരേ

ഉതിമനപിള്ളയെന്തേ - ഇന്നു
ആണിന്റെ പേരുവിളിച്ചേ

അത്തവേദിനൽപ്പെണ്ണന്നേ
പെണ്ണിന്റെ പേരുവിളിച്ചേ

രണ്ടാം മാലപ്പുറം

പങ്കിയൊത്ത പങ്കിയച്ച്[8] നേ - അയ്യ
കറുപ്പുകച്ച അടയാളമേ

പട്ടുമുണ്ട അടയാളമേ - അയ്യ
മേപ്പുഞ്ചത്തലവരേ[9] - അവനേ

ചെന്നുനിന്നേ നിലകൊള്ളുന്നേ
പതിനയ്യായിരം വെട്ടുകാരേ-

പേശിപ്പേശി വരുന്നുണ്ടവരേ
പതിനയ്യായിരം തച്ചന്മാരേ

വേകതിനാ[3] വിളിക്കുന്നുണ്ടേ -
ഓരോരോ തച്ചന്മാരേ

ഓരോരോ തടിക്കട്ടരേത

തച്ചനേലേ മൂത്തവനേ[11]
തടിതെല്ലി പെരുന്തച്ചനേ

കന്നേലെ തടി[12]ക്കടുത്തേ - അവനേ
നെല്ലും അരിയും ഉഴിഞ്ഞെറിഞ്ഞേ

ഈ മരത്തേലുള്ള തേവതമാരേ
മറുമരത്തേലേറിക്കൊൾക[13]

മറുമരത്തേ തേവതമാരേ - നിങ്ങൾ
ആകാശത്തു കുടികൊള്ളേണം

ഇക്കാടു കൂടിതെളിച്ചേ - അവനേ
മേക്കാടു തെളിച്ചേ

ഒന്നാനാം മഴു ഓങ്ങുന്നേ
മഴുവേകം തുടത്തക്കണ്ടേ[14]

ഒന്നുവെട്ടി രണ്ടുവെട്ടിയവനേ
മൂന്നുവെട്ടി പൂളുതെറിച്ചേ

പൂളുതെറിച്ച ഫലംചൊല്ലേണം
തച്ചനേലി മൂത്തതച്ചൻ

പഴംനാക്ക് അറുത്തെന്നാലേ - ലെന്റെ
കണ്ണിക്കമ്മ്ട പലം പറയാം[15]

ഇത്തടിയേ വെട്ടിയിറക്കീ - അയ്യ
ചുങ്കത്തിലേ വിലങ്ങംതടിയേ

അവിടുന്നും പോയെന്നാലേ - നമുക്ക്
തിരുകൊയിലം[16] തീർന്നുകിട്ടും

തിരുകൊയിലം തീർന്നാലേ - അയ്യോ
ഒറ്റപ്പുത്രൻ ജനനമുണ്ടേ

വീടുവിട്ടുപോകുമവരേ
നാടുവിട്ടുപോകുമവരേ

പാണ്ടിനാട്ടിലിറങ്ങുമവനേ - അയ്യ
പെങ്കൊതിയെ കൊതിക്കുമവനേ

പൊൻകഴുവേലേറുമവനേ - അന്നു
എന്തടനെപലം കാണുന്നേ

പതിനയ്യായിരം തടിയവനേ
ഒന്നുപോലെ വെട്ടിച്ചരിച്ചേ

കമ്പി ഒലക്കകൊണ്ടുപോയി
പാട്ടവെച്ചു എറിച്ചവനേ[17]

വക്കിത്തുള2 തുളച്ചവനേ - അയ്യ
പതിനയ്യായിരം തടിക്കൊക്കെയും

ഇനിയെന്തുവിധം വേണമെന്നേ
തന്മനസേ നിരൂപിക്കുന്നേ

പൂഞ്ഞാറ്റി പെരുമകളെ - അയ്യ
ഇടിപൊടി പടിപ്പുരയിൽ

വേകതിനാ പോകുന്നുണ്ടേ-യെന്റെ
ഉതിമല പിള്ളയവനേ.

പതിനയ്യായിരം ആനവന്നേ
അന്നുടനേ പറഞ്ഞവനേ.

പതിനയ്യായിരം തടിക്കൊക്കയും - അവനെ
വക്കവള്ളികെട്ടിക്കൊടുത്തേ

കുത്തുന്നവൻ കൊലയാനയെ - അവനെ
മേനിലക്കുതിറുത്തിയപ്പം

പിടിക്കുമ്പം പതകരി[19] യേ - അയ്യ
തടിപിടിച്ചിറക്കുന്നുണ്ടേ

കല്ലുള്ള മലമേക്കൂടേ - അവനെ
കറുകിറാ വലിച്ചിറക്കി

ചിങ്ങമാണീ ചെവണാറ്റിലേ - ഇന്നു
ഉതിരവെള്ളം പേരാറ്റിലെ

പതിനയ്യായിരം തടികളൊക്കെ - അയ്യോ
ചെന്നപാടേ കെട്ടുന്നുണ്ടേ

വാട്ടം നോക്കി തട്ടികെട്ടുന്നേ - അയ്യോ
തഴുതടി[20]കെട്ടുന്നുണ്ടേ

പതിനയ്യായിരം തടിക്കൊക്കെയും-ഉടനേ
പതിനയ്യായിരം കുറുമ്പോളേളാരെ

ചില്ലിമുള മണ്ടവെട്ടി - അയ്യോ
കഴക്കോലും കൊടുത്തവർക്കേ

വഴിച്ചിലവും കൊടുത്തവർക്കേ - അയ്യ
ഊണരിയും കൊടുത്തവർക്കേ

തടിയായ തടിയൊക്കെയും - അയ്യ
കുത്തിയൂന്നി തിരിച്ചവരേ

ഉതിമനപിള്ളയവനേ - അയ്യ
കരവഴിയേ തിരിച്ചവനേ

ഒരു ചുങ്കം കഴിഞ്ഞേ - അയ്യ
രണ്ടു ചുങ്കം കഴിഞ്ഞേ.

മൂന്നു ചുങ്കം കഴിഞ്ഞേ - അയ്യ
നാലുചുങ്കം കഴിഞ്ഞേ -

അഞ്ചുചുങ്കം കഴിഞ്ഞേ - അയ്യ
ആറുചുങ്കം കഴിഞ്ഞേ -

ഏഴാമത്തെ ചുങ്കം കഴിഞ്ഞേ
തടിപിടിച്ചു വിലക്കം ചെയ്തേ[21]

ചെങ്ങാടപ്പിള്ളേരും അവരെ
കാലുവഴിയേ ഇറങ്ങിയവരും

തെക്കുതെക്കേ - തിരുകൊയ്‌ലത്തേ - അവരു
ചെന്നുമെല്ല കരകേറുന്ന

അവിടെ ചെന്നു പറഞ്ഞവരെ - അയ്യ
ചെങ്ങാട കുറുംപിള്ളാരേ-

നമ്മുടെ താടിയൊക്കെയും - അയ്യ
ചുങ്കത്തി വിലക്കം ചെയ്തേ.

എന്നുചെന്നു പറഞ്ഞവരേ - അയ്യ
അന്നേരം പറയുന്നുണ്ടേ - എന്റെ

ഉതിമന പുള്ളയവനേ
നേരൊള്ള തടിയാണേലേ - അയ്യ

തങ്കടവിലടുക്കും തടിയേ
വെള്ളിടിവെട്ടി പുതുമഴ പെയ്തേ

പതിനായിരം തടിയൊക്കെയും - അയ്യ
പൊട്ടിപൊട്ടി തെറിക്കുന്നുണ്ടേ

അത്തവേദി തിരുകൊയ്ലത്തേ
ഒന്നുപോലെ അടുത്ത തടിയേ

മുറ്റമടിക്കും കോതവെള്ളാട്ടി - അവളെ
തണ്ണിയെടുക്കും കൊടമെടുത്തേ

തള്ളിമുക്കും കടവിച്ചെന്നേ - അയ്യ
തണ്ണിമുക്കാനിടമില്ലല്ലോ

അവളുചെന്നു പറയുന്നുണ്ടേ - അയ്യ
നമ്മുടെയാതടിയൊക്കെയും - ഇന്നു

തങ്കടവിലടുത്തിട്ടുണ്ടേ
ആനവന്നു തടിവലിച്ചേ - അയ്യ

വേകതിനാ പിടിച്ചു കേറ്റി
തണലുകൊണ്ടു കുറിയിട്ടേ - ഇന്നു

പതിനയ്യായിരം തടികളൊക്കെ
ഉരുവും പുറത്തു[22] കയറ്റിക്കുന്നേ

നൂലുവേകം മേടിക്കുന്നേ - അയ്യ
പതിനയ്യായിരം അറുവാളരേ

പതിനയ്യായിരം അറുവാളര്[23]
പോയി - പോയി - ആറിത്തുടങ്ങി

അരി - തിരി - കൊളുത്തിക്കൊണ്ടേ - അവരു
വാളുകളും തുടത്തിക്കണ്ടേ

ഉത്രമേ അറുത്തവരേ - അയ്യ
പതിനയ്യായിരം അറുവാളരേ

കോടിനാലും[24] അറുത്തവരേ - അയ്യ
കഴുക്കോലുമറുത്തവരേ

വാരക്കയ്യും[25] അറുത്തവരേ - അയ്യ
പട്ടികയും അറുത്തവരേ

വെപ്പുവാടേ[26] അറുത്തവരേ
വളനാലും അറുത്തവരേ

വെള്ളെഴുത്തു പടിയറുത്തേ - അയ്യ
നാലു നാട്ടി പണിമക്കൾക്കേ - (ആശാരി)

ചീട്ടെഴുതി കൊടുത്തയച്ചേ
ഉതിമനയേ കുയിലാശാരി

അത്തമനം കുയിലാശാരി
തേനാതിയേ കുയിലാശാരി

ഇന്നു മാവേലിയാം കുയിലാശാരി
നാലു നാട്ടി പണിയാശാരി

ഒന്നുപോല വരവായവിടെ
തോതുകളും കുറിച്ചവരേ - ഇന്നു

നാലുനാട്ടി പണിമക്കളെ
ഉതിമനയേ കുയിലനാശാരി - അവനെ

കിഴക്കുവശം പണിതുടങ്ങി

ചൂരിയന്റെ കതിരുകളും
കിഴക്കുവശത്തു പണിതുകണ്ടേ

അത്തവേതി കുയിലനാശാരി
പടിഞ്ഞാറു പണി തുടങ്ങി

അത്തവേതി കുയിലനാശാരി
ചന്ദ്രബിംബം പണിതവിടെ

തേനാതി കുയിലനാശാരി - അവനെ
തെക്കുവശം പണിതുടങ്ങി

ആയിരത്തെട്ടു കാലന്മാരെ - അയ്യ
കാലന്റെ മുടി പണിതേ

മാവേലിയാം കുയിലനാശാരി - അവനെ
വടക്കുവശം പണിതുടങ്ങി

അമ്മയിരിക്കും ആരിയക്കൂടം - അവനെ
വടക്കുവശം പണിതേ അവനും

മറുതായുടെ മൂടിപണിയുന്നേ
മാവേലിയാം കുയിലനാശാരി

ഓന്തിപ്പോരും പണിതവരേ - ഓന്ത് പോര്

അരണപ്പേരും പണിതവരേ[27]

നാലു നാലു പണിമക്കളേ - അവരു
പാവകളെ പണിയുന്നുണ്ടേ

ഇനിയെന്തു വേണമെന്നേ
തൻമനസേ നിരൂപിക്കുന്നേ

തായയില്ലം പൊയ്ക്കമേലെ - ഇന്നു
ദാനക്കുളം വെട്ടവേണം

താനവളന്നേ കുറ്റിയടിച്ചേ - അയ്യോ
മായമായം തിരുകൊയ്‌ലത്തേ

അറിയാത്ത നാട്ടിലേ - അവര്
അറിയുന്ന നാട്ടകത്തേ - അയ്യോ

കാലൊടിഞ്ഞ പിരാമണരേ - അയ്യോ
മടിപിടിച്ചു വരുത്തി[28]യവരേ

ഓരോ നാട്ടിനയ്യോ - അയ്യാ
പിരാമിണരെല്ലാം വന്നവിടെ

മായമായം തിരുകൊയ്‌ലത്തേ - അയ്യ
പിരാമിണ സത്ത്യതുടങ്ങിയവിടെ

ഊണുകഴിഞ്ഞ പിരാമണർക്കേ - അയ്യ
പട്ടും മുണ്ടും കൊടുക്കുന്നുണ്ടേ

ഉണ്ടശേഷം ചോറും കറിയെല്ലാം - അയ്യ
കെട്ടകത്തു[29] കരുതിവച്ചേ

നായരു സത്ത്യകഴിച്ചവരേ - അയ്യ
മായമായം തിരുകൊയ്‌ലത്തേ

നാലു നാട്ടിപണിമക്കക്കേ - അയ്യ
ഊണുകളും കൊടുക്കുന്നുണ്ടേ

പട്ടുമുണ്ടും കൊടുക്കുന്നുണ്ടേ - അയ്യ
നാലുനാട്ടിപ്പണിക്കമ്മാർക്കേ.

ഏഴ് രണ്ട് പതിനാലു നാൾ - അയ്യ
ഊടും പാടും നടത്തിയവരേ

പട്ടരൂട്ടി പടിയടച്ചേ - അയ്യ

പിരാമണരൂട്ടി മട്ടം അടച്ചേ

നായരൂട്ടി പടിപ്പുരയടച്ചേ - അയ്യ
മായ മായം തിരുകൊയ്ലത്തേ

അത്തവേദി തിരുകൊയ്ലത്തേ - അയ്യ
ഊട്ടും പാട്ടും കഴിഞ്ഞുവല്ലേ,

ഓരുവെള്ളം തിരുതേവിയെ - അയ്യ
താനം തെണ്ടി[30] വരുന്നവിടെ

അത്തവേദി തിരുകൊയ്ലത്തേ - അയ്യ
കിഴക്കണം പടിപ്പുരയിൽ

വന്നുനിന്നു വിളക്കുന്നുണ്ടേ - അയ്യ
ഓരുവെള്ളം തിരുതേവിയെ

ആരാടി വിളിക്കുന്നതേ - അയ്യ
എന്തുതന്നെ വിളിക്കുന്നതേ

പോറ്റി - പോറ്റി തമ്പുരാട്ടിയെ - അയ്യ
എനിക്ക് തർമ്മങ്ങള് തരിക വേണം

പഴവയറു[31] കാഞ്ഞിട്ടയ്യോ - എനിക്ക്
ഉരിയാടാൻ കഴിയുന്നില്ലാ

ഒന്നുമിവിടെ യിരിപ്പതില്ലേ - അയ്യ
പോടി - പോടി പാക്കത്തിയാരേ

അങ്ങനൊന്നും കൽപ്പിക്കരുതേ - അയ്യ
ഇറ്റു പഴങ്കഞ്ഞിയെനിക്കു തരികവേണം

പുഴുക്കത്തെവിടു തിരികെവേണം - അയ്യ
പുഴുപീര തരികവേണം

പുഴുക്കത്തെവിടുമില്ലിവിടെ - അയ്യ
പഴുപീരേം ഇല്ലിവിടെ

ഇത്രയെല്ലാം പറഞ്ഞുതീർത്തേ - അയ്യ
വട്ടമിട്ടങ്ങോടിക്കുന്നേ -

പച്ചമടലു വെട്ടിയടിച്ചേ - അയ്യ
അത്തവേദി തിരുതേവിയെ

വട്ടമിട്ടങ്ങോടിക്കുന്നേ - അയ്യ

ഓരുവെള്ളം തിരുതേവിയേ

ഓടിച്ചിട്ടങ്ങെറിയുന്നുണ്ടേ - അയ്യ
അത്തവേതി തിരുതേവിയേ

പെണ്ണാണേ പെരുമെടീ ഞാൻ - അയ്യ
പേയാണോ - കടിക്കുമെടീ.

തിരിഞ്ഞുനിന്നു പറയിണുണ്ടേ - അയ്യ
ഓരുവെള്ളം - തിരുതേവിയേ

ഏണ്ണിക്കൂടി പന്തിരാണ്ടേ - അയ്യ
നിന്നോടു ഞാൻ ചോദിക്കുമെടീ

അങ്ങനങ്ങ വാഴുന്നുണ്ടേ - യെന്റെ
പെണ്ണുമിപ്പം ചെറുക്കനുമേ (പാക്കനാരും ഭദ്രയും)

മൂന്നാം മാലപ്പുറം

ഒന്നാനാം മാതം തോന്നിയേ - അയ്യ
രണ്ടാനാം മാതം തോന്നിയേ - അയ്യ

മൂന്നാനാം മാതം തോന്നിയേ - അയ്യ
മൂന്നാനാം മാതത്തിലെ അയ്യ മുല

ചുണ്ടു കറുത്തുകണ്ടേ - അയ്യ
നാലാനാം മാതത്തിലേ

നൽപുളിയെ കൊടുക്കുന്നുണ്ടേ
അഞ്ചാനാം മാതത്തിലെ

ആടിപ്പാടി നടക്കുന്നവളെ - അയ്യ
ആറാനാം മാതത്തിലെ - അയ്യ

അരികുരുണ്ട കുളവിപോലെ[32] (കുഴവി)
ഏഴാനാം മാതത്തിലെ - അയ്യ

എഴുന്ന കുഞ്ഞും - മുഴങ്ങിക്കണ്ടേ[33]
എട്ടാനാം മാതത്തിലെ - അയ്യ

ചമയങ്ങളൊരുക്കുന്നുണ്ടേ - അയ്യ
ഒൻപതാനാം മാതത്തിലെ - അയ്യ

അമ്മവന്നൂകൊണ്ടുപോയേ - അയ്യ
പത്താനാം മാതത്തിലെ - അയ്യ

അണി കെർപ്പം മുഴുത്തേ അവൾക്ക്
ഇറങ്ങുന്ന തിണ്ണമേലേ - അയ്യ

ഇറങ്ങാനും വയമില്ലെന്നായി[34]
തണ്ണിയുൽപ്പം കുട[35]മെടുത്തേ - അയ്യ

തണ്ണിമുക്കും കടവിച്ചെന്നേ
തണ്ണിമുക്കാൻ വയമില്ലെന്നായി

ഇട്ടപായിൽ ചരിയാൻവയ്യേ - അവൾക്ക്
കഞ്ഞിവെള്ളം കുടിക്കാൻ വയ്യേ

അത്തവേതി നൽപ്പെണ്ണിനേ
കെർപ്പനോവു കഠിനമായി.

എന്നെ മാലവെച്ച പങ്കിയച്ചോ - അയ്യ
പാഴിലിപ്പം മരിക്കും ഞാനേ

ഞാൻ കെട്ടിയ പെണ്ണേ - അയ്യ
ഞാനിപ്പളെന്തുവേണ്ടി

കഞ്ഞിവെള്ളം വെച്ചേച്ചു നീ - അയ്യ
പച്ചവെള്ളം കൊടുത്തവളേ

താനതർമ്മം കൊടുക്കയില്ലേ - നീയും
അറ്റ കർമ്മം കൊടുക്കയില്ലേ

നീ ചെയ്ത കൊണത്തിനാണേ - അയ്യ
നിനക്കുവന്ന അതികലയേ. (ആപത്ത്)

പാവമെന്നെ ചതിക്കരുതേ - അയ്യ
പാവമെന്നെ ചതിക്കരുതേ -

നാവരിയണ[36] പങ്കിയച്ചോ - അയ്യ
പാഴിലിപ്പം മരിക്കും ഞാനേ

ഓടുന്ന ഓട്ടാളനെ - അയ്യ (ഓടുന്നോൻ)
ആളയച്ചു വരുത്തുന്നുണ്ടേ

തെക്കു തെക്കേ തിരുകൊയ്‌ലത്തെ
വേഗതിനാലോടിവരണേ

ഓരുവെള്ളം തിരുതേവിയേ - അയ്യ
വേഗതിനാവരുത്തവേണം.

ഇവിടുത്തെ പേരവാത്തോലിക്കേ-
അവളു തർമ്മം തേടിവന്നേപ്പിന്നെ

അത്തവേതി നൽപ്പെണ്ണിനേ - അയ്യ
ഒരുവിതത്തി തുകമില്ലല്ലോ

ആ നടയും നടന്നവനേ - അയ്യ
ഓടുന്ന ഓട്ടോളനേ - അയ്യ

ഓരുവെള്ളം തിരുതേവിയേ - അയ്യ

കൊട്ടിയങ്ങു വിളിക്കുന്നുണ്ടേ
ഓരുവെള്ളം തിരുതേവിയേ -

യെന്ന് ഒന്ന് രണ്ട് വിളിച്ചവനേ
ഏതായി വിളിച്ചേനെന്നെ - അയ്യ

ആരായിട്ടു വിളിച്ചേ - നെന്നെ
അത്തവേതി തിരുപ്പെണ്ണിനേ - അയ്യ

ഒരുതുകവും ഇല്ലേയിന്ന്
എന്നെപ്പറഞ്ഞു വിട്ടതാണേ - അയ്യ

കൂട്ടിക്കൊണ്ടു പോന്നിടേണം
അന്നേരം പറഞ്ഞവളേ - അയ്യ

ഓരുവെള്ളം തിരുതേവിയേ
താനം തെണ്ടിവന്നേപ്പിന്നേ - അയ്യ

വെളിക്കോട്ടേക്കറങ്ങീട്ടില്ല
പെരുമ്പനിയായിന്നു ഞാനും - അയ്യ

ഇവിടെത്തന്നെ കിടക്കയാണേ
അങ്ങനൊന്നും പറയരുതേ - ഇന്നു

വേകതിനാ വരികവേണം
കാപ്പാടും തലയ്ക്കുപ്പാടും - അയ്യ

നെരിപ്പോടും കത്തിച്ചുകിടക്കയാണേ
തണ്ടകുത്തി[37] വടിയൂന്നിയേ - അവളു

വേഗതിനാലെഴുനേൽക്കുന്നു
വെളിക്കോട്ടെക്കറങ്ങുന്നുണ്ടേ - അയ്യ

ഓരുവെള്ളം തിരുതേവിയേ

നിങ്ങൾവന്ന ലക്ഷണമേ -യിന്നു

നല്ലതായി കാണുന്നില്ല
ബലിക്കറുക പറിച്ചവളെ - അയ്യ

ദൂതലക്ഷണം നോക്കുന്നുണ്ടേ
തകരാറൊന്നും പറയരുതേ - തള്ളേ

വേഗതിനാ പുറപ്പെടേണം

അവിടെവന്നു കേറിയെന്നാലേ - അയ്യ
ചോതിച്ചതെല്ലാം തന്നിടാമേ.

ഓരുവെള്ളം തിരുതേവിയേ - അയ്യ
വേഗതിനാ നടക്കുന്നുണ്ടേ

പോരുന്ന വഴിയിലാണേ - അയ്യ
ചേരവന്നു വിലങ്ങുന്നുണ്ടേ

ചേരയവളെ പിടികൂടുന്നേ - അയ്യ
തിരി തിരിയായി വളഞ്ഞുചുറ്റി

മാറാകാമ്പു കെട്ടിയിട്ടേ - അവളു
വേഗതിനാ നടന്നുകൊള്ളുന്നേ

മായകാളി തിരുകൊയ്‌ലത്തെ - അവളു
വേഗതിനാ വന്നുകേറി

അത്തവേതി തിരുകൊയ്‌ലത്തേ - അവളു
അകത്തേക്കു കേറുന്നുണ്ടേ

നിങ്ങളെന്നെ രക്ഷിക്കണേ - അയ്യ
ചോദിച്ചതെല്ലാം തന്നുകൊള്ളാം

ഒരലുവേഗം ഉരുട്ടിയിട്ടേ - അയ്യ
ഒരലുമീതെ യിരുത്തുന്നുണ്ടേ

കയ്യിലിരുന്ന തിരികയെടുത്തേ - അയ്യ
തിരികമേലെ യിരുത്തുന്നുണ്ടേ

പാവമെന്നെ ചതിക്കരുതേ - അയ്യ
പാവമെന്ന മുടിക്കരുതേ

പഴങ്കഞ്ഞി ചോതിച്ചതിനേ - അയ്യ
പാൽക്കഞ്ഞി കൊടുക്കുന്നുണ്ടേ

പുഴുപീര ചോദിച്ചതിനേ - അയ്യ
കൊട്ടത്തേങ്ങാ കൊടുക്കുന്നുണ്ടേ

പഴംപറ്റു ഇരന്നതിനേ - അയ്യ
കട്ടച്ചോറുകൊടുക്കുന്നുണ്ടേ

പോലഞ്ഞെട്ടു ഇരന്നതിനേ - അയ്യ
ചാപ്പാണൻ കൊടുക്കുന്നുണ്ടേ

പുഴുക്കത്തവിടു ഇരന്നതിനേ - അയ്യ
അരിമാവുകൊടുക്കുന്നുണ്ടേ

പഴുംമുണ്ടു ഇരന്നതിനേ - അയ്യ
പട്ടുമുണ്ടു കൊടുക്കുന്നുണ്ടേ

കൊച്ചുകാശു ഇരന്നതിനേ - അയ്യ
തങ്കക്കാശു കൊടുക്കുന്നുണ്ടേ

കെട്ടിവേഗം ചൊമടാക്കുന്നേ - അയ്യ
തൂരെമാറ്റി വയ്ക്കുന്നുണ്ടേ

തടിപ്പുറത്തുന്നെഴുന്നേൽക്കുന്നേ - അയ്യ
തിരികെയെടുത്തു, കളയുന്നുണ്ടേ

എണ്ണ ഒഴിച്ചു പാലം കാണുന്നേ - അയ്യ
കുഞ്ഞും തലയും തടവിയിട്ടേ

വീണ്ടുമങ്ങു ഇരുത്തിയിട്ടേ - അയ്യ
കടും നോവുവരുന്നതുണ്ടേ.

തിരണിക്കുടം[38] പൊട്ടുന്നുണ്ടേ
കൂടെക്കൂടെ നോവുവന്നേ

കുഞ്ഞുമങ്ങു പുറക്കുന്നുണ്ടേ
പേടിതല്ലി - പായം കളഞ്ഞേ - അയ്യ

ഇളവേതു ആടുന്നു[39]ണ്ടേ
യാത്രചൊല്ലിവിടുന്നതുണ്ടേ.

കെട്ടി ഉടുപ്പു കൊടുക്കുന്നുണ്ടേ[40]
പമപ്പൊലിവു കൊടുക്കുന്നുണ്ടേ - അയ്യ

തേവിയമ്മ പോകുന്നുണ്ടേ

മായമായം തിരുകൊയ്ലത്തെ

മാമങ്കപിറവി[41] കണ്ടേ

ചൂരിയെന്റെ കതിരുപോലെ - അയ്യ
പങ്കിയൊത്ത ചെറുക്കനേയും

വേഗതിനാ വളത്തുന്നുണ്ടേ
ആനപോലെ വളരുന്നുണ്ടേ - അയ്യ

ആനപോലെ കരുത്തനായി
കുതിരപോലെ വളരുന്നുണ്ടേ - അയ്യ

കുതിച്ചോടി വളരുന്നുണ്ടേ
പത്താണ്ടത്തെ വളത്തമ[42]യും - അയ്യ

പത്തുവിനാഴികയാലെ വളരുന്നുണ്ടേ
പുരുഷനായി വളരുന്നുണ്ടേ

എന്റച്ചൻ നല്ലച്ചനേ - അയ്യ
പെറ്റൊരു പെറ്റതള്ളേ

കളരിമേലും പേണമെനിക്കേ - അയ്യ
വിത്തിയയെല്ലാം പഠിക്കേണമെ

കളരിമേലും ചെല്ലുന്നുണ്ടേ - അയ്യ
ലക്ഷണ[43]കൊടുക്കുന്നുണ്ടേ

ഹരിയെന്നു വരപ്പിക്കുന്നേ - അയ്യ
ചിഷ്യനാണേ ശ്രീയെന്നെഴുതി

കൂടെനിന്ന പിള്ളാരാണേ - അയ്യ
കൈകൊട്ടി കൂക്കുവിളിച്ചേ

ഈ വന്ന ചെറുക്കനുമെ - അയ്യ
എന്നെക്കൂടി ചിരിപ്പിക്കുമേ

എന്റാശാൻ പൊന്നാശാനേ
അങ്ങനൊന്നും പറയരുതേ

പാതം കഴുകി വെള്ളം കുടിച്ചേ - അയ്യ
പങ്കിയെന്ന പാലകനെ

എഴുത്തുവിത്ത്യ പഠിച്ചവനേ - അയ്യ
പങ്കിയെന്ന ചെറുക്കനുമേ

പയറ്റാശാന്റരികേ - ചെന്നേ

പയറ്റുവിത്തിയ പഠിക്കുന്നുണ്ടേ

പൊന്തിത്താളം ചവിട്ടുന്നുണ്ടേ - അയ്യ
ഓതിരത്തിവെട്ടിക്കുന്നേ

പയറ്റിക്കുന്ന പയറ്റാശാനേ
വിത്തിയയെല്ലാം പഠിച്ചുതീർന്നേ - അയ്യ

ലക്ഷണയും തീർക്കുന്നുണ്ടേ
തെക്കുതെക്കേ തിരുകൊയലത്തേ - അവൻ

വേഗതിനാ ചെന്നുകേറി
വിത്തിയയെല്ലാം പഠിച്ചേ - ഞാനും

അങ്കമെല്ലാം പഠിച്ചേ ഞാനും
പതിനെട്ടു മുറപഠിച്ചേ - അയ്യ

അടവുകളും ഒഴിവുകളും പഠിച്ചു - ഞാനേ
എനിക്കൊരുയാത്തിര വേണം

വട്ടമുള്ള കുടുക്കയെടുത്തേ - അവൻ
ചതുരമൊത്ത കുടുക്കയെടുത്തേ

പണംവാരി നിറയ്ക്കുന്നുണ്ടേ - അയ്യ
കുടയെടുത്തു വയ്ക്കുന്നുണ്ടേ

മാന്തിരുളിപ്പട്ടു[44]ടുത്തേ - യവൻ
ആകാരം കഴിക്കുന്നുണ്ടേ

യാത്തിരയം ചൊല്ലുന്നുണ്ടേ - എന്റെ
പങ്കിയെന്ന ചെറുക്കനുമേ

പെറ്റതള്ള പറയുന്നുണ്ടേ - അയ്യ
അത്തവേതി നൽപ്പെണ്ണവളേ

എൻമകനേ - പൊൻമകനേ
എന്റെ ഒറ്റയൊരുപൊൻമകനേ

നീപോകും യാത്തിരയിലേ - മകനേ
കാരിയമെല്ലാം അറിഞ്ഞിടേണം

വഴിനടന്നു തമ്പിച്ചാലേ[45] - നീയും
തണലുകണ്ടങ്ങിരിക്കരുതേ

കുളംകണ്ടാൽ കുളിക്കരുതേ - അയ്യ

പെണ്ണുകണ്ടാൽ ചിരിക്കരുതേ

പെൺചൊല്ല് കേക്കരുതേ-
എന്നുടനെ പറഞ്ഞയച്ചേ

നേരോട്ടം വടക്കോട്ടാണേ - അയ്യ
പൊൻമകനും പോകിണതു

ആനാടും കഴിഞ്ഞവനേ - അയ്യ
മറുനാടും കഴിഞ്ഞവനേ

ആരിയ നാട്ടിലിറങ്ങി - അവനേ
ചൂരിയനാട്ടിലിറങ്ങീ.

ചൂരിയനില്ലത്തി പെണ്ണുങ്ങളേ
കൂടെക്കൂടെ വിളിക്കുന്നുണ്ടേ

ആരേതോ - പോകുന്നതേ
മിണ്ടാതെ - പോകുന്നതേ

നാക്കില്ലാതെ നമ്പിയാണോ - നീയേ
മൂക്കില്ലാത്ത മൂളിയാണോ

എണ്ണനാട്ടിയിറങ്ങുന്നവനേ - അയ്യ
എണ്ണയിപ്പം വണംകാച്ചികളെ[46]

മുൻപാകം തടുക്കുന്നുണ്ടേ - അവര്
പിൻതിരിഞ്ഞു പോകുന്നവനേ.

മഞ്ഞനാട്ടിലിറങ്ങുന്നവനേ - അയ്യ
മഞ്ഞയില്ലം മങ്ങാച്ചികളെ[47]

അവിടെപട്ടരുടെ പടിക്കച്ചെന്നേ-
കേറിവേഗം ഇരിക്കുന്നുണ്ടേ

പത്തായിരംപണം പിടിക്കും - ഒരു
മാന്തിരുളിപ്പട്ടെടുത്തേ.

നുന്നും - നൂന്നം വലിച്ചുകീറി - അവൻ
അന്നം - ചിന്നം - വലിച്ചുകീറി.

പാണന്റെകയ്യിക്കൊടുത്തേ - അവൻ
അതുരക്കോലം[48] തയ്ച്ചെടുത്തേ

കോലം കെട്ടിനേർമ്മകണ്ടേ - അവൻ

പേരുകളും വിളിക്കുന്നുണ്ടേ

കച്ചകെട്ടി - ചെച്ച[49]കെട്ടി - അയ്യ
പാലനെന്നു വിളിക്കുന്നുണ്ടേ

അവിടെനിന്നും ആളുകളെ - അവന്റെ
പേരുവിവരം വിളിച്ചെടുത്തേ.

ചൂരിയകുലം - പുറന്നവനേ - യവൻ
അഴകൊത്ത പാലകനെ

പട്ടരുടെ പടിക്കൽവന്നേ - അയ്യ
പണംവച്ചു ലക്ഷണതീർത്തേ

പാഷപതിനെട്ടും പഠിച്ചവനേ
പതിനെട്ടങ്കം പഠിച്ചവനേ

അങ്കം പതിനെട്ടും പഠിച്ചവനേ - അയ്യ
അങ്കക്കച്ചകെട്ടിയവനേ

അഴകൊത്ത പാലകനെ - അയ്യ
കാറ്റുകൊണ്ടകരിയിലപോലെ

പറന്നങ്ങുപോകുന്നുണ്ടേ
മായകാളി നാട്ടകത്തെ - അവൻ

ചെന്നങ്ങു കരകേറുന്നു
മായകാളിനാട്ടിൽ ചെന്നേ - അവൻ.

വടക്കന്നെം പതി[50]പ്പുറത്തേ - ചെന്ന്
പൊന്നരയാലും തണലൊറകൊണ്ടേ

അവൻ കെട്ടും കിടയും ഇറക്കിവച്ചേ

മായകാളി അമ്മച്ചിയേ - അയ്യ
ചെന്നങ്ങു കരകേറുന്നേ

തിരുകൊയ്ലത്തിരിക്കാൻ വയ്യേ - അയ്യ
ചുരിയന്റെ പ്രകാശംകൊണ്ടേ

ചൂരിയന്റെ പ്രകാശംകൊണ്ടേ - അയ്യ
തിരുകൊയ്ലം പ്രകാശിച്ചല്ലോ

അവിടിരുന്നു വിളിക്കുന്നുണ്ടേ - അമ്മച്ചി
ആയിരത്തെട്ടു പൊൻമറുതായെ

നിങ്ങളുടെ പതിപ്പുറത്തേ - അയ്യ
ഒരാളുവന്നു ഇരിക്കുന്നുണ്ടേ

അവരുചെന്നു നോക്കുന്നുണ്ടേ - അയ്യ
അതുനേരം കാണുന്നുണ്ടേ

ഓരടങ്കം നോക്കിയപ്പം - അയ്യ
ഓരടങ്കം തുള്ളുന്നുണ്ടേ

ഈരടങ്കം നോക്കിയപ്പം - അയ്യ
ഈരടങ്കം തുള്ളുന്നുണ്ടേ

അവരു വന്നുപറയുന്നുണ്ടേ - അയ്യ
മായകാളി അമ്മച്ചിയേ

നമ്മുടെയീ പതിപ്പുറത്തേ - അയ്യ
ആളുവന്നു വതിപ്പുണ്ടല്ലോ

ചൂരിയകുലം[51] പുറന്നവനാണേ - അവൻ
ചൂരിയകുലത്തിലിത്തരം പുരുഷനുണ്ടോ

ആയിരത്തെട്ട് പോർക്കതവേ അമ്മ (കതക്)
വലിച്ചുവേഗം തുറക്കുന്നുണ്ടേ

അങ്കമാലി[52] മണിക്കച്ചയും - അമ്മ
വലിച്ചുവാരിചുറ്റുന്നമ്മ

വേഗതിനാ ചെല്ലുന്നമ്മ - അയ്യ
പാലകന്റെ അടുക്കൽ ചെന്നേ

ആരാടോ ഇരിക്കുന്നിവിടെ - താനും
ഏതു നാട്ടീന്നാണോ - വന്നതെന്ന്

തെക്കംകൊല്ലം വന്നവനാണേ - അയ്യ
ഞാനൊരു മനുഷ്യനായിട്ടിരിക്കയാണേ

എന്തിനായി വന്നവനാണേ - താനും
എവിടെപ്പോകാൻ വന്നവനാണേ

വഴിനടന്നുവന്നവനാണേ - ഞാനും
പെണ്ണുതേടി എറങ്ങിയതാണേ

ഞാൻ തനിക്കു പെണ്ണാകാമേ - അയ്യ
മായകാളി പറഞ്ഞിതമ്മ

വേഗതിനാ പറഞ്ഞവളേ - അയ്യ
മായകാളി ഭദ്രകാളിയേ

പെണ്ണുകണ്ടു എനിക്കിണങ്ങീ - അയ്യ
ചെറുക്കൻകണ്ടു പെണ്ണിനിണങ്ങി

മായകാളി അമ്മച്ചീയേ - അവനെ
കൈക്കുവേഗം പിടിക്കുന്നുണ്ടേ

ആയിരത്തെട്ടു പൊൻമക്കളെ - അയ്യ
മായകാളി തിരുകൊയ്ലത്തെ

അകത്തു വേകം കേറുന്നുണ്ടേ - അയ്യ
അങ്കമാലി മണിപീഠവും - അവർ

വലിച്ചവെച്ചു ഇരിക്കുന്നുണ്ടേ
ആന്തിക്കീന്തി കളിച്ചവരേ - അയ്യ

നുള്ളിക്കീറിക്കളിച്ചവരേ
അങ്ങനവർ തുകിച്ചുവാണേ

ഭദ്രയുടെ ഉത്ഭവം

ചങ്കരൻ തിരുകണ്ണിലല്ലോ - അയ്യ
ഉണ്ടായ തീപ്പന്തമേ.

കൈലാത മൂന്നു വലത്തുവച്ചേ-
തിരുക്കൈകൊണ്ടന്നെടുത്ത പന്തം

വീരപുത്രനു കൊടുത്തൊരു പന്തമേ
പിശാചിനു പരത്തെകൊടുത്തൊരു പന്തമേ

പകവതിയമ്മ പതിച്ചൊരു പന്തമേ
ദാരികനെ കൊല്ലാൻ കത്തിച്ച പന്തമേ

കാലനെ പണ്ടു കരിച്ചൊരു പന്തമേ
കാളരാത്രി പയം പൂണ്ടൊരു പന്തമേ

ആണ്ടിയും പാണ്ടിയും കൂടിയ പന്തമേ
തെള്ളിപ്പൊടി വീശിയെറിയുന്ന പന്തമേ

പകതിയമ്മ[53] ചെനിപ്പിച്ച പന്തമേ
പത്തുദിക്കും വിളങ്ങുന്ന പന്തമേ

പങ്കിയെന്ന പാലകനെ - അയ്യ

മായകാളിയെ കണ്ടിണങ്ങീ

മായകാളി അമ്മച്ചിയെ - അയ്യ
പാലകന്റെ കൈപിടിച്ചേ

നാലുകാലി നൽപ്പന്തലേ അവരെ
വേകതിനാലിട്ടവരേ.

പന്തലിലെ ചമയങ്ങളെ - അവർ
വേകതിനാ വരുത്തിക്കണ്ടേ

പട്ടുമുണ്ടു വിതാനിച്ചവരേ
പന്തലിലെ വിതാനങ്ങളെ

നാലുവളയം അരയിത്തൂക്കം - അയ്യ
പന്തലിലേ വിതാനിക്കുന്നേ

അഞ്ചുതിരി നിലവിളക്കേ - അയ്യ
പന്തലിതാൻ തൂക്കുന്നുണ്ടേ

നിരയോടെ - നിറതേങ്ങായേ
പന്തലിത്താൻ തൂക്കുന്നുണ്ടേ

പന്തലിന്റെ കന്നേക്കോണിൽ
കുലയോടെ ചെമ്പഴുക്കാ

തെക്കു തെക്കു തിരുകൊയ്ലത്തെ
പന്തലിങ്ങു വിതാനിക്കുന്ന

ഒറ്റവെടി - രാജവെടിയേ - യിന്നു
കമ്പവെടി - കവലവെടി

കുത്തിയോടും അകംപടിയേ - യിന്നു
താലപ്പൊലിയെടുക്കുന്നുണ്ടേ

ഇങ്ങനത്തെ കോഷയാത്ര - അയ്യ
തോന്നാതെ തോന്നിയവിടെ

പന്തലിന്റെ മുറ്റത്തുമേ
ആയിരം അതിരുകളേ

ആയിരം തേവകളേ - യിന്നു
പന്തലിന്റെ നടുമുറ്റത്തേ

കണ്ടർ കണ്ടർ മുതലായവരേ - അയ്യ

മാപ്പിളക്കൂട്ടം[54] ഒരുങ്ങിയവിടെ

ആങ്ങളയങ്ങു തോന്നിയവിടെ - അയ്യ
അമ്മാവന്മാർ തോന്നിയവിടെ

പങ്കിയെന്ന പാലകന്റെ
കയ്യുമങ്ങു പിടിക്കുന്നുണ്ടേ - അയ്യ

കൈയ്യിലങ്ങു കൊടുക്കുന്നുണ്ടേ
പാലകന്റെ എടമ്പാകത്തേ

പെണ്ണുകെട്ടിയ പന്തലിലേ
കൈനനപ്പു നടത്തുന്നുണ്ടേ

പാലുവേഗം വരുത്തുന്നുണ്ടേ - അയ്യ
തത്ത്യകോഷം നടന്നവിടെ

കൈനീട്ടം കൊടുത്തെല്ലാർക്കും - അയ്യ
മായമായം തിരുകൊയ്‌ലത്തേ

അങ്ങനെ വാഴുന്നവരേ - അയ്യ
പാര്യയെന്നും - പരത്താവെന്നും - അയ്യ

ആതിമൂലം തിരുവള്ളോൻ

അറിവകനല്ല തിരുവള്ളോനെ - ഇന്നു
പൂമിയെ സ്വകംവരുത്താൻ

കയ്യിന്റെ കൊഴനോക്കിയേ - അയ്യ
പുത്തനൊരു കൊടുവാൾ പണുതേ

കാലിന്റെ കൊഴനോക്കിയേ - അയ്യ
കാഞ്ഞിരനല്ല കലപ്പ പണുതേ.

പൂവണ്ണനെന്ന നൊകമെടുത്തേ - അയ്യ
ഏരുകെട്ടി പൂട്ടിക്കണ്ടേ

കാലിന്റെ മുട്ടുനോക്കിയേ - അയ്യ
മണ്ണനെന്ന മണിത്തൂമ്പായേ

പൂവിടെതൻകന്നേലെക്കോന്നിച്ചെന്നെ - അയ്യ
പൂമിയമ്മേ വിളിച്ചവനേ

മൂന്നോങ്ങി ഒന്നു വെട്ടിയേ
ആത്തിയത്തെ പൊറ്റയെടുത്തേ - അയ്യ

പൂമിക്കായി തൊഴുതുവച്ചേ
രണ്ടാനാം പൊറ്റയെടുത്തേ

ഒടയവനുവച്ചുതൊഴുതേ
മൂന്നാനാം പൊറ്റയെടുത്തേ - അയ്യ

കാലടിയിൽ വയ്ക്കുന്നുണ്ടേ
തൂമ്പാതൻ മണ്ണെടുത്തേ

പൊട്ടുതൊട്ടു ചാന്തുവലിച്ചു
അങ്ങനെയെ വധിക്കുന്നുണ്ടേ

തേവാതിര പതിപ്പുറത്തേ

നമ്മുടെയീ പതിപ്പുറത്തേ - അയ്യ
ഒരു പുൽപ്പം വന്നു വീണേ

അതിന്റെ യാതൊരു പൊരുളുവേകം
ചൊല്ലിയിന്നു തരികവേണം

അറിവകനില്ലതിരുവള്ളോനെ
അറിവുകൾ വേകമറിയിക്കേണം

ഇതിന്റെയൊരു പേരുകളല്ലോ
ചൊല്ലിയിന്നു തന്നില്ലങ്കി

ഇന്നുതൊട്ടു ഏഴാംപക്കം
കൊന്നുകൊലവിളിക്കാമല്ലോ

പാതമില്ല പുത്തിയില്ല
വട്ടമില്ല - വെളിവുമില്ലാ

അന്നംതനു കാർകുഴലിയമ്മ - വന്നു
വല്ലുതൊറന്നു വെള്ളം കൊടുത്തേ

എന്താണമ്മനു പോതക്കേടുവന്നേ - അയ്യ
അന്നംതാനും കേട്ടുവല്ലോ

നമ്മുടെയീ പതിപ്പുറത്തേ - അയ്യ
ഒരു ചെടി മുളച്ചു കണ്ടേ

അതിന്റേയൊരു പേരുമിന്നേ - അയ്യ
ഇന്നുതൊട്ടേയേഴാംപക്കം

തവാതിര പതിപ്പുറത്തേ - അയ്യ

ചെന്നുനിന്നു പറകവേണം

പരുകുലം ചൊല്ലിയില്ലങ്കി
കാന്നു കുലവിളിക്കുമല്ലോ

അമ്മനൊന്നും വേതനിക്കേണ്ട
താംചെന്നു തിരക്കിവരാം.

അയ്യോട്ടമോടുന്നുണ്ടേ - അവളു
കാടുകരകേറി നടക്കുന്നുണ്ടേ.

എന്റെ നേരില്ലാത്തുടയവരേ - അയ്യ
ന്റമ്മനെ നീ പാഴിലേക്കൊല്ലിക്കല്ലേ.

മരത്തണലിതലൊറകൊണ്ടേ
മകനാലെ മയങ്ങിപ്പോയി

മത്തുമീതെന്താണന്നേ
കണ്ണ് തെറന്ന് നോക്കുന്നുണ്ടേ

രണ്ടുകിളിപറയുന്നുണ്ടേ - അയ്യാ
മുൽപ്പത്തിന്റെ വിവരമെല്ലാം

അതുതാനേ കേക്കുന്നുണ്ടേ - എന്റെ
അന്നംതനു പൊൻമകളേ

നമ്മുടെയീപതിപ്പുറത്തേ - അമ്മൻ
ചെന്നുനിന്നു വിളിക്കേണമേ

ആരിയക്കരചെന്നെല്ലാണേ - അയ്യ
അരയന്നത്താൽ പൊയ്ംകിളിയാണേ

ഇവിടെ കൊണ്ടുവന്നുവിതറിയതാണേ

പൊയ്കണ്ടം പൊതനാഴിച്ച - അയ്യ
പൊയ്താലം തുറന്നപ്പോൾ

ആടുന്ന കൊടിപോലെ - അയ്യ
ആതിത്തിയന്റെ കതിരുപോലെ

വെള്ളിപോലെ മുളമുളച്ചു
ഈയംപോലെ തണ്ടുരുണ്ടു

പൊൻപോലെ കതിരുവന്നു
കാത്തുപൂത്തുകുലചരിഞ്ഞു

ആരിയക്കര നാട്ടിനിന്നേ - അയ്യ
അന്നം ചെറുക്കിളിയേ

കൊണ്ടുവന്നി ആരിയചെന്നെല്ല്
തേവാതിരവതിപ്പുറമേ

മൂപ്പത്തീരടികളവും ചെത്തീ - അയ്യ
ആതിമൂലം തിരുവള്ളോനെ

ചക്കിക്കൊത്ത കുഴി കുഴിച്ചേ - അയ്യ
ഇന്നു ശിവനൊള്ളണ പന്തക്കാലേ

കന്നിമേലേ തൂണെടുത്തേ - ഇന്നു
ആതിമൂലം തിരുവള്ളോനെ

ഏഴു കതിരു പറിച്ചെടുത്ത - അയ്യ
കതിരുകമ്പേ വച്ചുകെട്ടി.

പെണ്ണാളെ എറക്കീ - അയ്യ
കൊയ്ത്തുമെല്ലേ - കൊയ്തുകണ്ടേ

ആതിയത്തെ കൊയ്ത്തുകറ്റ
തോളുകറ്റ കെട്ടിക്കണ്ടേ

രണ്ടാമത്തെ കൊയ്ത്തുകറ്റ
വട്ടീലിട്ട - വട്ടിക്കറ്റ

മൂന്നാമത്തെ കറ്റയാണേ - അയ്യ
കാവക്കറ്റ കൊച്ചുപിടിയും

കൊയ്ത്തുമെല്ലെ കഴിഞ്ഞനേരം - അയ്യ
അറിവകനല്ല തിരുവള്ളോനെ

മെതകഴിഞ്ഞതൂറ്റിപ്പാറ്റി - അയ്യ
പതിരുമാറ്റിക്കാണുന്നുണ്ടേ

പാറമുകത്തെ അളവു കഴിഞ്ഞേ - അയ്യ
മൂന്നുകൈ നെല്ലുവാരി - അയ്യ

പറ മാറ്റിവെച്ചുകൊടുത്തേ
കാവുലുമീ - കളക്കോടുമേ

പാമടക്കി പരമ്പുമടക്കി - അയ്യ
പാണ്ടം കെട്ടി നെല്ലു ചുമന്നേ - അയ്യ
അറയ്ക്കുള്ളിൽ കൊണ്ടങ്ങിട്ടേ

നാലാം മാലപ്പുറം

മായകാളി പകവതിയമ്മേ - അയ്യ
പങ്കിയെന്ന പാലകനേ

കുടിപ്പാനായ് കഞ്ഞികൊടുക്കും
ചോറൂണ് നടത്തിച്ചീടും

ചിരിക്കാനോ പെണ്ണും ചെറുക്കൻ - അയ്യ
അവരുകളിക്കാനോ - ആണും പെണ്ണും

അങ്ങനൊക്കെ കഴിയുമവരേ - അയ്യ
രണ്ടുപേരും ഒത്തിണങ്ങി

അന്തിയിങ്കിൽ ഉറങ്ങാൻ നേരം - അയ്യ
രണ്ടുരണ്ടേ പാത്രമാണേ

അങ്ങനെയാവന്തപ്പോഴെ - അയ്യ
പാലകനും പറയുന്നുണ്ടേ

നാരായിണ പൊയ്ം പകവാനേ - അയ്യ
മാലയിട്ട പെണ്ണിനെ ഞാൻ വിട്ടു

ഒറ്റക്കായിട്ടന്തിമയങ്ങുന്നേ
അതുനേരം പറയുന്നുണ്ടേ - അയ്യ

മായകാളികൊച്ചമ്മയേ
സത്യത്തെ പുറന്നവളാണേ - ഞാനേ

ലോകത്തെ പാലിക്കും ഞാനേ
ഇരുകണ്ണും തുറന്നുപോയാലയ്യോ

ലോകമെല്ലാം നശിച്ചുപോകും
ഈ ചെല്ലു കേക്കണമേ - എന്റെ

പങ്കിയൊത്ത പാലകനേ
മായകാളി ഇറങ്ങുംനേരം - അയ്യ

കൂടെച്ചെന്നു കിടക്കുന്നുണ്ടേ
അക്കിനി[55] കൊണ്ടുകിടക്കാൻ വയ്യേ

തൂശികൊണ്ടു കിടക്കാൻ വയ്യേ

നാരായിണ പൊയ്ം പകവാനേ - അയ്യ

ഇതെന്തു മായമാണേ

എന്നുടനെ പറഞ്ഞും കൊണ്ടേ - അയ്യ
വേഗതിനാലെഴുനേൽക്കുന്നേ

അതുനേരം ചോദിക്കുന്നേ - എന്റെ
മായകാളി കൊച്ചമ്മയെ

മാലവെച്ച മാലനെ[56] ന്തേ - യിന്നു
തൂക്ക[57] മായിട്ടിരുന്നതെന്താ

എ്‌ന്റെയൊരു പെണ്ണാണല്ലോ - നീയും
അടുക്കലെങ്ങും അടുക്കാൻ വയ്യേ

ഏതുകൊണ്ടും അടുക്കാൻവയ്യേ - എനിക്കു
ഒന്നുകൊണ്ടും അടുക്കാൻ വയ്യ

വല്ലടത്തും പോയവനാണേ -നിങ്ങള്
പാഴിലെന്നെ ചതിച്ചതല്ലേ

തമാതാനം തന്നില്ലങ്കി - ഞാനും
ഏതുവിധവും വരികതന്നെ

കന്നിഞാനേ - അഴിഞ്ഞവളല്ലേ
കതിരുമാല ചൂടിയവളല്ലേ

ഇങ്ങനൊന്നും പറയരുതേ - എന്റെ
മായകാളി നൽപെണ്ണവളേ

കതികിപ്പം തുറന്നില്ലങ്കി - ഞാനേ
ഒരുതൊഴിക്കുപറിക്കും ഞാനേ

ആണ്ടേ - ആണ്ടേ[58] തിരുകൊയ്ലമേ - നിങ്ങൾ
തീണ്ടിതൊട്ടു മുടിക്കരുതേ

മുന്നാംചുവടെ നടന്നുകേറി
മുച്ചെവിടെ കതകേച്ചെന്നേ

കാളിയെന്ന കുരുംകതവേ - അവനേ
ഒരുതൊഴിക്കു പറിച്ചുകണ്ടേ

കേറിച്ചെന്നു പിടിക്കുന്നുണ്ടേ - എന്റെ
പങ്കിയെന്ന പാലകനും

ആന്തിക്കീന്തിക്കളിച്ചവരേ - അയ്യ

അള്ളിനുള്ളിക്കളിച്ചവരേ

വെട്ടിയിട്ട ചീരകണക്കേ - അയ്യ
വാടിവഴന്നു വീണുപെണ്ണേ

കോരിവെള്ളം കൊടുക്കുന്നവനേ -
പങ്കിയെന്ന പാലകനേ

കാറ്റാടുന്ന കളിപ്പന്തലിലെ - അയ്യ
കാലുകുറുക്കേ കുത്തുന്നുണ്ടേ.

പീഠം വലിച്ചിരുന്നവനേ - അയ്യ
ഏതു ഏതു കടവിലാണേ - നമുക്കു

നാലാം നീരു കുളിക്കവേണം
മെത്ത - തുണി - തലയണയേ - അവരു

വാരിക്കെട്ടിച്ചുമടാക്കുന്നു
ഉതിമനയ കടവകത്തേ - അയ്യ

നാലാം നീരു കുളിക്കവേണം
ചൂരിയനുതിക്കുന്ന തങ്കടവാണേ - അതു

അക്കടവീ കുളിക്കവേണം
അക്കടവീ കുളിച്ചെന്നാലേ - നമുക്കു

പൂത്രേരു വാഴിച്ചയില്ലാ
അത്തമനതങ്കടവിങ്കേ - അയ്യ

നാലാം നീരു കുളിക്കവേണം
അക്കടവിക്കുളിച്ചെന്നാലേ - അയ്യ

നാവതോഴം[59] പവിക്കുമല്ലോ
തേനാതിയോ കടവകത്തേ - അയ്യ

നാലാം നീരു കുളിക്കവേണം
ആയിരത്തെട്ടു കാലമ്മാരേ - ഇന്നു

തങ്കടവ നീരാടുന്നേ,

മാവേലിയാം കടവകത്തേ - അയ്യ
നാലാം നീരു കുളിക്കവേണം

ആയിരത്തെട്ടു മറുതാക്കൂട്ടോം - ഇന്ന്
നീരാടുന്ന തങ്കടവാണേ.

ഞാൻകെട്ടി പെണ്ണേവിട്ടേ-
ആ തെയ്ത താരാ-

ഒറ്റക്കായിവതിക്കാൻ[60] - വയ്യേ
പാരിയ പർത്താവായി വാഴാൻ വയ്യേ
ആ - തെയ്ത - താരാ

പാരിയയൊത്തു കഴിയാൻ വയ്യേ
ആ - തെയ്ത - താരാ

എഴുമൊട്ടു ചുരക്കൊലെ -
ആ - തെയ്ത - താരാ

ഒന്നരമൊട്ടായി തീർന്നുവല്ലോ -
ആ - തെയ്ത - താരാ

പെണ്ണുതേടി വന്നവനാണേ - ഞാനും
എന്നെയെന്തിന് മോകിപ്പിച്ചേ -
ആ - തെയ്ത - താരാ

ഞാനുമേ പോവുകയാണേ - അയ്യ
മറുനാട്ടിൽ - പോവുകയാണേ
ആ - തെയ്ത - താരാ

പങ്കിയെന്ന പാലകനെ - അവനും
പാണ്ടം മുറുക്കി എറങ്ങിണുണ്ടേ
ആ - തെയ്ത - താരാ

മുമ്പാട്ടം തടുക്കിണുണ്ടേ - യെന്റെ
ആയിരത്തൊന്നു പൊയ്മക്കളേ
ആ - തെയ്ത - താരാ

ഞാൻ തരുന്ന തിരുവാഴിയെ - അയ്യ
അണിവെരേല്ലിടുക വേണം
ആ - തെയ്ത - താരാ

അരുതാട്ടം വരുന്നനേരം[61] അയ്യ
വടക്കോട്ടു തിരിഞ്ഞുനിന്നേ
ആ - തെയ്ത - താരാ

തിരുവാഴി ഊരിയെടുത്തേ - അയ്യ
വടക്കോട്ടെക്കെറികവേണം
ആ - തെയ്ത - താരാ

എന്റെ പങ്കിയെന്ന പാലകനേ - അയ്യ
തിരുവാഴിയെറികവേണം
ആ - തെയ്ത - താരാ

വടക്കോട്ടെക്കെറിഞ്ഞെന്നാലേ - അയ്യ
എന്റെ പതിപ്പുറത്തു വന്നുവീഴും

പങ്കിയെന്ന പാലകനെ - അവർ
നട - നട - ന്നു - പോയിമറഞ്ഞേ
ആ - തെയ്ത - താരാ

മഞ്ഞനാട് കടന്നവനേ - അയ്യ
മാമലനാടും കടന്നവനേ
ആ - തെയ്ത - താരാ

ആര്യനാടും കടന്നവനേ - അയ്യ
ചൂരിനാടും കടന്നവനേ
ആ - തെയ്ത - താരാ

മൂക്കൻ[62] കിടക്കും മുതുമലനാടേ - അയ്യ
ആനാടും കടന്നവനേ
ആ - തെയ്ത - താരാ

കാറ്റത്തു കരിയില പറക്കുംപോലെ
പങ്കിയെന്ന പാലകനേ
ആ - തെയ്ത - താരാ

പാണ്ടിനാട്ടിലിറങ്ങുന്നുണ്ടേ - അയ്യ
പങ്കിയെന്ന പാലകനേ
ആ - തെയ്ത - താരാ

പാണ്ടിനാട്ടി പാണ്ടത്തട്ടാൻ - അയ്യ
മാലമംഗല്യം നടത്തിയവനേ
ആ - തെയ്ത - താരാ

ഏഴുനില കോവേണി പണുതേ - അയ്യ
പാണ്ടിത്തട്ടാത്തിയെയിരുത്തുന്നുണ്ടേ
ആ - തെയ്ത - താരാ

പൊൻപണിക്കു പോകുന്നവരേ - അയ്യ
തന്തയും മകനും കൂടി
ആ - തെയ്ത - താരാ

പങ്കിയെന്ന പാലകനെ - അയ്യ
തണലൊാറ കൊണ്ടിരിക്കുന്നുണ്ടേ
ആ - തെയ്ത - താരാ

അതുതാനെ കാണുന്നുണ്ടേ - എന്റെ
പാണ്ടിയാം തട്ടാത്തിപെണ്ണേ
ആ - തെയ്ത - താരാ

കങ്കണ്ണേ[63] നോക്കുന്നുണ്ടേ - അയ്യ
കണ്ണുകാട്ടി വിളിക്കുന്നവളേ
ആ - തെയ്ത - താരാ

കോവേണി കേറുന്നുണ്ടേ - അയ്യ
പങ്കിയെന്ന പാലകനേ
ആ - തെയ്ത - താരാ

പാരിയ പർത്താവായി കഴിയുന്നുണ്ടേ
പങ്കിയെന്ന പാലകനേ
ആ - തെയ്ത - താരാ

പാണ്ടിയെന്ന തട്ടാത്തിയും
അവരിരിക്കും മച്ചുംപുറത്തേ
ആ - തെയ്ത - താരാ

പാലകന്റെ പല്ലിയുമേ - ഇന്നു
പാണ്ടിത്തട്ടാന്റെ പല്ലിയുമേ
ആ - തെയ്ത - താരാ

പല്ലിപൊരുതി തീഴെ വീണേ - അയ്യ
ചാടിയോടി മറയുന്നുണ്ടേ.
ആ - തെയ്ത - താരാ

പാണ്ടിയാം - പൊയ്ം തട്ടാനേ - അയ്യ
പൊന്നും മിന്നും പണിയുന്നുണ്ടേ

എന്റെ പാണ്ടിയാം പൊൻമകനിരിക്കും
മുൻപാകത്തെ വീണു പല്ലി
ആ - തെയ്ത - താരാ

കേട്ടെന്നാ കേളെന്റപ്പാ - ആ - തെയ്ത - താരാ
നമ്മടെ വീട്ടിക്കള്ളര് കേറിയേ-
ആ - തെയ്ത - താരാ

കള്ളരില്ല വെള്ളരില്ലേ - യിന്നു
കണ്ടതില്ല കേട്ടതില്ല
ആ - തെയ്ത - താരാ

നിന്റെയൊരു തോന്നലാണേ - അയ്യ
മാമതോഴ പറയരുതേടാ
ആ - തെയ്ത - താരാ

പൊന്നുരുക്കി പലം നോക്കാപ്പാ - അയ്യ
പൊന്നുരുക്കി പലം നോക്കുന്നേ
ആ - തെയ്ത - താരാ

കാച്ചിയ പൊന്നു തെറിച്ചുവീണേ - അയ്യ
നമുക്കിപ്പം പോകണമപ്പാ-
ആ - തെയ്ത - താരാ

അയ്യോട്ടമോടുന്നവരേ - അയ്യ
പടിപ്പെരയിലും വരുന്നതുണ്ടേ
ആ - തെയ്ത - താരാ

പാണ്ടിപ്പെണ്ണേ - തട്ടാത്തിപ്പെണ്ണേ-
ഒന്നരണ്ടുവിളിയറ കൊണ്ടേ-
ആ - തെയ്ത - താരാ

പന്തിരാണ്ടുകഴിഞ്ഞേയെന്റെ-
കെട്ടിയമാലൻ വരമൊള്ളേ -
ആ - തെയ്ത - താരാ

വെളക്കു ഞാനും തെളിക്കയില്ലേ - യിന്നു
കോവേണിയേ തൊറക്കയില്ലേ
ആ - തെയ്ത - താരാ

ഞാനാടി - യിത് ഞാനാടി - അയ്യ
നിന്റെയൊരു കെട്ടിയമാലൻ
ആ - തെയ്ത - താരാ

കതകു മെല്ലെ തൊറക്കിണുണ്ടേ - അയ്യ
കറുകിറാ നോക്കിണെന്റെ പാണ്ടിയാം തട്ടാൻ
ആ - തെയ്ത - താരാ

അതുനേരം കാണിണൊണ്ടേ - അയ്യ
ചുരുട്ടിവെച്ച പായിലാണ്ടരു തച്ചമുടിക്കൊണ്ട

ആയേ - ആയേ - ഹാ - തെയ്ത - താരാ
എവിടെയാണടി - എന്തുവാണടി

ഒച്ച ഓജകള് - ആ - തെയ്ത - താരാ
അങ്ങേലെക്കുന്നനും - ഇങ്ങേലെച്ചക്കിയും[64]

തട്ടിൻപൊറത്തൊരിടിപൊടിതാളം
ആയേ - ആയേ - ഹാ തെയ്തതാരാ

പങ്കിയെന്ന പാലകനെ - അയ്യ
പാണ്ടിയാംതട്ടാനങ്ങു പിടിക്കൂടുന്നേ

കഴുവിനാമലമുകളിലയ്യാ[65]-
അവരുകൊണ്ടു തൂക്കാപോണേ
ആ - തെയ്ത - താരാ

അതുനേരം ഓർക്കുന്നുണ്ടേ - അയ്യ
മായകാളിതന്റെ നച്ചൊല്ലുകൾ[66]
ആ - തെയ്ത - താരാ

തിരുവാഴി ഊരുന്നുണ്ടേ - അയ്യ
വടക്കോട്ടു താനെറിയുന്നുണ്ടേ
ആ - തെയ്ത - താരാ

കൊടുങ്ങല്ലൂവടക്കേനെടയി - ലയ്യ
ഏദന്റമ്മ തന്റെ പതിപ്പൊറത്തേ
ആ - തെയ്ത - താരാ

തിരുവാഴിവന്നുവീണേ - അയ്യ
ചാടിയങ്ങുയെഴുന്നേൽക്കുന്നേ
ആ - തെയ്ത - താരാ

പങ്കിയെന്ന പാലകനെ - അയ്യ
പാഴല്ലാതെ മരിച്ചുപോയേ -
ആ - തെയ്ത - താരാ

തലമുടിയും മിനുക്കിക്കെട്ടി - അയ്യ
ചൂരിയപടം റൗക്കയിട്ടേ -
ആ - തെയ്ത - താരാ

എത്താത്ത മുണ്ടെടുത്തേ[67] - അയ്യ
എത്തിച്ചാണ്ടങ്ങുടുക്കുന്നുണ്ടേ -
ആ - തെയ്ത - താരാ

തലവഴിയേ തുണിയുമിട്ടേ - അമ്മ
പാണ്ടിനാട് തെരക്കിപോണമ്മ
ആയേ - ആയേ - ആയ - തെയ്ത - താരാ

പാട്ടു ചെങ്ങാലിയിരുന്നു
കുറുകുറാകൊണ്ടേ - അയ്യ

അതിനുമേ പരം[68] കൊടുത്തേ-
കായകാളി പോന്നമ്മച്ചി-
ആ - തെയ്ത - താരാ

പാണ്ടിയാം തട്ടാത്തിയുടെ പതിപ്പുറത്തേ-
മായകാളി പൊന്നമ്മച്ചി തണലൊറകൊണ്ടേ
ആയേ - ആയേ- ഹാ - തെയ്ത - താരാ

മിണ്ടാട്ടമില്ല ഉരിയാട്ടമില്ലാതിരിക്കിണെന്താ
കാര്യമെല്ലാം പറഞ്ഞെന്റെ പാണ്ടിത്തട്ടാത്തി
ആ - തെയ്ത - താരാ

എന്നെയൊന്നു വഴികാട്ടേണം നീയും
എനിക്കൊന്നു കാണാനായി പോകണമിപ്പം
ആ - തെയ്ത - താരാ

കഴുവിനാ മലയിച്ചെന്നേ - അയ്യ
കഴുവൊന്നു പിടിതാത്തെടിപാണ്ടാത്തട്ടാത്തി
ആ - തെയ്ത - താരാ

പാലകനെ കഴകിറക്കി[69] - യമ്മ
പാണ്ടിത്തട്ടാത്തിയെയങ്ങു കഴുവിലേറ്റി
ആ - തെയ്ത - താരാ

തൊമ്മനും തൊമരനുമാ മരുന്നെടുത്തേ[70] - അമ്മ
മണ്ണ്തേച്ച് മണമൂതി[71] - കണ്ണ് തെളിച്ചേ

മുഖത്തോടു മുഖം കാണുന്നേ - അവരു
പങ്കിയെന്ന പാലകനും - മായകാളിക്കൊച്ചമ്മച്ചീം
ആ - തെയ്ത - താരാ

മുമ്പിനാലെ നടക്കുന്നു മായകാളിക്കൊച്ചമ്മച്ചി
പുറംതിരിഞ്ഞു നോക്കരുതേ-
ആ - തെയ്ത - താരാ

ഏഴുരണ്ടു പതിനാലു ചൊവടതാ

നടക്കിന്നുണ്ടേ - അയ്യ

ആ - തെയ്ത - താരാ

അതുനേരം തിരിഞ്ഞുനോക്കുന്നേ - യെന്റെ
പങ്കിയെന്ന പാലകനല്ലോ

ആ - തെയ്ത - താരാ

കണ്ണേലൊന്ന് പൊട്ടിപ്പോയല്ലോ
തൊട്ടുതീണ്ടിപ്പോയതിനാലേ - അയ്യ

ആ - തെയ്ത - താരാ

അമ്മച്ചീടെ കോയിലിന്റെ പതിപ്പുറത്തേ - അയ്യ
തീണ്ടാമറ വടക്കുപാകത്തെ.

ആ - തെയ്ത - താരാ

ചങ്ങലയിട്ടു പൂട്ടിക്കെട്ടി - അയ്യ
കുടിയിരുപ്പു കൊടുക്കുന്നുണ്ടേ -

ആ - തെയ്ത - താരാ

1. ഐതര = ജലാശയങ്ങളുടെ നടുവിലുണ്ടാകുന്ന മണൽത്തിട്ടിൽ മുളച്ചുപൊന്തുന്നു ഒരുതരം പുൽച്ചെടി. എരകപ്പുല്ലെന്നും കായൽനിലങ്ങളിലെ കൃഷിക്കാർ പറയും.
2. ഉതിമല = ഉദയപർവ്വതം
3. അത്തവേതി = അസ്തമനപർവ്വതം
4. ഉതിരവെള്ളം = ഉതിരം (ചോര) പോലെ കലങ്ങിയ വെള്ളം
5. ആദിവെളിച്ചത്തിന്റെ തിരുവടിജലത്തിൽ പൊങ്ങിയ തിരയിൽകൂടി വന്നു.
6. പൊന്മയമായ താലം പോലുള്ള മൂടിവെച്ചു കാണുമാറായി, സൂര്യനുണ്ടായി എന്നാവണം സന്ദർഭംകൊണ്ടു ഗ്രഹിക്കേണ്ട അർത്ഥം.
7. വെള്ളിമയമായ താലംവെച്ചുകണ്ടു - ചന്ദ്രനുണ്ടായി എന്നർത്ഥം ഊഹിക്കണം
8. പങ്കിയൊത്ത പങ്കിയച്ചൻ - ഓമനത്തമുള്ള പങ്കിയച്ചൻ
9. മേപ്പുഞ്ചത്തലവര് = പുഞ്ചനിലങ്ങളുടെ തലവൻ
10. വേകതിനാ = വേഗത്തിൽ
11. തച്ചനേലേ മൂത്തവൻ = തച്ചന്മാരിലേ മൂത്തതച്ചൻ
12. കന്നേലെതടി = പുരയിടത്തിന്റെ കന്നിമേൽകോണിൽ നിൽക്കുന്ന തടി
13. വെട്ടുന്ന മരത്തിനു നെല്ലും അരിയും ഉഴിഞ്ഞെറിഞ്ഞ് അതിൽ അധിവസിക്കുന്ന ദേവതമാരെ മറ്റു മരത്തേലേക്കു മാറ്റുന്ന ആചാരം
14. മഴുവേകം തുടത്തിക്കണ്ടേ = മഴു വേഗം തൊടുത്തുകണ്ടു (ഉടക്കിയിരുന്നു.)

15. നാക്കറത്തുകളഞ്ഞാലും കണ്ട ലക്ഷണത്തിന്റെ ഫലം പറയുമെന്നു തച്ചൻ അറിയിക്കുന്നു. പഴം നാക്ക് എന്ന ആചാരഭാഷ.
16. തിരുകൊയിലം = തിരുകോവിലകം.
17. ഓരോ പാട്ടിലേക്ക് (വശത്തേക്കു) മറിച്ചുവെച്ചു തടി എറിച്ചു.
18. വക്കിത്തുള = വക്കയർ കെട്ടുന്നതിനുള്ള തുള
19. പതകരി = മദകരി (മദയാന)
20. താഴുതടി = ചെങ്ങാടം കെട്ടുമ്പോൾ താഴത്തെ പന്തിയിൽ കെട്ടേണ്ട തടി.
21. വിലക്കംചെയ്തു = തടഞ്ഞുവെച്ചു.
22. ഉരുവും പുറത്ത് = കാമരം വെച്ച് അതിനുപുറത്ത്
23. അറുവാളർ = അറക്കവാളുകാർ
24. കോടി നാലും = കോടിക്കഴുക്കോലു നാലും
25. വാരക്കൈ = വാരത്തിനുള്ള ചെറിയ കഴുക്കോൽ.
26. വെപ്പുവാട = വെപ്പുവാവടയെന്നായിരിക്കണം പാഠം.
27. തമ്മിൽ പൊരുതുന്ന ഓന്തുകളുടെയും അരണകളുടെയും രൂപങ്ങൾ കൊത്തിയെ
28. മടിപിടിച്ചു വരുത്തി = മടിക്കുത്തിനു പിടിച്ചു നടത്തിക്കൊണ്ടുവന്നു.
29. കെട്ടകത്ത് = വീടിന്റെ കെട്ടിനകത്ത്.
30. താനം തെണ്ടി = ദാനമിരന്ന്
31. പഴവയറ് (ആചാരഭാഷ)
32. കുളവിപോലെ കുഴവിപോലെ = കുഞ്ഞിന്റെ രൂപത്തിൽ
33. മുഴങ്ങിക്കണ്ടു = വയറ്റിൽ കുഞ്ഞു മുഴച്ചുകണ്ടു.
34. വയമില്ലെന്നായി = വശമില്ലെന്നായി
35. തണ്ണിയുൽപ്പം കുടം = വെള്ളം മുക്കുന്ന കുടം.
36. നാവരിയണ നാക്കുകൊണ്ടരിയുന്ന - നാക്കുകൊണ്ടു മുറിപ്പെടുത്തി സംസാരിക്കുന്ന
37. 1 തണ്ടകത്തി = മുഷിഞ്ഞ വസ്ത്രം കുത്തിയുടുത്തു.
38. തിരണിക്കുടം = തണ്ണീർക്കുടം (ഗർഭപാത്രത്തിലുള്ള ജലമയമായ സാധനം പൊട്ടിയതിനുശേഷമാണ് കുഞ്ഞു പിറക്കുന്നത്).
39. ഇളവേതാടുക - മരുന്നിട്ടു വെന്ത വെള്ളംകൊണ്ടു തിരുമ്മിക്കുളിപ്പിക്കുക.
40. 'കെട്ടിയെടുപ്പു കൊടുക്കുന്നുണ്ടേ' എന്നാണ് ശരിയായ പാഠം. ആഹാരസാധനവും വസ്ത്രങ്ങളും കെട്ടിച്ചുമടാക്കിയത്.
41. മാമാങ്കപ്പിറവി = ആഘോഷപൂർവ്വം കൊണ്ടാടിയ ശിശുജനനം.
42. വളത്താമ = വളർച്ച,
43. ലക്ഷണ = ദക്ഷിണ
44. മാന്തിരുളിപ്പട്ട് = 'മാന്തളിരുപട്ട്' എന്നാണ് ശരിയായ പാഠം.
45. തമ്പിച്ചാലേ = സ്തംഭിച്ചാലേ.
46. വണംകാച്ചികൾ = വാണിയം (കച്ചവടം) ചെയ്യുന്ന സ്ത്രീകൾ. കച്ചവടക്കാരികൾ എന്ന അർത്ഥത്തിൽ 'വണിക്കാച്ചികൾ' എന്നു തോറ്റം പാട്ടിൽ പ്രയോഗമുണ്ട്.

47. മങ്ങാച്ചികൾ - മങ്കയച്ചികൾ (യുവതികൾ)
48. ആതുരക്കോലം = അസുരക്കോലം (അസുരന്റെ വേഷം)
49. ചെച്ച = ചിലങ്ക
50. പതി = പുലയർ, പറയർ തുടങ്ങിയവർ അവരുടെ കാവൽദൈവങ്ങളെയും മന്ത്രവാദികളെയും കുടിയിരുത്തിയിരിക്കുന്ന പറമ്പിനു പതിയെന്നാണു പറയുക.
51. ചൂരിയകുലം - സൂര്യകാലം
52. അങ്കമാലി = അങ്കവാല്
53. പകതിയമ്മ - ഭഗവതിയമ്മ
54. മാപ്പിളക്കൂട്ടം = വരന്റെ കൂട്ടർ
55. അക്കിനി = അഗ്നി, ഇവിടെ ചൂടെന്നർത്ഥം.
56 മാലൻ = ഭർത്താവ്
57. തൂക്കം = ഉറക്കം
58. ണ്ട - ആണ്ട = ആണ്ട (ദേവി) ആണ്ട (ആളുന്ന - വാഴുന്ന) ദേവിയെത്തിൽ 'ആണ്ടത്തി'യെന്നു പുലവൃത്തം പാട്ടിൽ
59. നാവുതോഴം = നാവുദോഷം, പവിക്കുക = ഭവിക്കുക
60. വതിക്കാൻ - വസിക്കാൻ (പാർക്കുന്നതിന്)
61. അരുതാട്ടം വരുന്നേര് തനിക്ക് ആടാൻ ആരുതെന്ന ഘട്ടം വരുമ്പോൾ (തനിക്കു നേരിടാൻ കഴിയാത്ത ഏതെങ്കിലും അവസ്ഥ വരുമ്പോൾ)
62. മൂക്കൻ - മൂർക്കപ്പാമ്പ്
63. കങ്കണ്ണ് = കടക്കണ്ണ്
64. അങ്ങേലെ കുന്നൻപൂച്ചയും ഇങ്ങേലെ ചക്കിപ്പൂച്ചയും
65. കഴിവകേറ്റുന്ന മലമുകളിൽ
66. നച്ചൊല്ലുകൾ = നൽച്ചൊല്ലുകൾ
67. 'എത്താപ്പുമുണ്ടെടുത്തേ' എന്നാണ് ശരിയായ പാഠം. മാറിൽ ഏത്താപ്പായിട്ടു കൂടെ ഇടാവുന്ന മുണ്ടെടുത്ത് എത്തിച്ചുടുത്തു.
68. പരം = വരം
69. കഴകിറക്കി - കഴുവിൽനിന്നിറക്കി
70. തുമ്മനും തിമരനുമാ മരന്നെടുത്ത്, എന്നതായിരിക്കണം ശരിയായ പാഠം. തുമ്മിപ്പറക്കുന്നതും തിമർപ്പിക്കുന്നതും (ശക്തിയുണ്ടാക്കുന്നത്) ആയ മരുന്ന്.
71. മണ്ണുതേച്ചു മണമൂതി = മരുന്നിലെ മണ്ണുതേച്ചു കഴുകിക്കളഞ്ഞ്, അതിന്റെ മണം മൂക്കിലേയ്ക്ക് ഊതി.

പിൻകുറിപ്പ്

സംസ്കൃതിയിലെ ഭാഷ അഥവാ ഭാഷയിലെ സംസ്കൃതി

നാട്ടു സംസ്കൃതിയുടെ വർണ്ണ വൈഭവങ്ങൾക്കും അവയുടെ സംഗമ വൈജാത്യങ്ങൾക്കും അതീതമായ മറ്റൊരു പൈതൃക സമ്പത്തും മനുഷ്യർക്കില്ല.

പരിണാമവഴിയിൽ ഉറവയെടുത്ത്, അനവധി സംസ്കാര ധാര കളിലൂടെ ഇണങ്ങിയും കലഹിച്ചും ഒഴുകുകയും അതിലൂടെ വികാസം പ്രാപിച്ച മഹത്തായ നാട്ടുവഴക്കത്തിന്റെ ചൊൽ ച്ചന്തത്തിൽ രൂപപ്പെടുകയും ചെയ്ത വിസ്മയാവഹമായ ഇന്നലെകളെ തന്റെ ജീവിതാതിജീവനങ്ങളുടെ മണ്ണിൽ നിന്ന് കാണുവാൻ ശ്രമിക്കുന്നതാണ് ശ്രീ അനിഷ് പത്തിലിന്റെ മറുതാക്കാലം എന്ന പുസ്തകത്തിന്റെ ഉള്ളടക്കം. ഇത് ഭാഷയിലെ സംസ്കൃതിയെയും സംസ്കൃതിയിലെ ഭാഷയെയും ഒരേ സമയം അഭിസംബോധന ചെയ്യുന്നു.

നാട്ടീണങ്ങളും പാട്ടുകളും പഴമൊഴികളും കടങ്കഥകളും പാട്ടു കഥകളും കഥകളുമായി മിത്തും ചരിത്രവും അതിന്റെ വർത്ത മാന സംവാദ കേന്ദ്രങ്ങളെ സജീവമാകുന്ന പുതുകാലത്ത് മനുഷ്യവംശ ചരിത്രത്തിലെ ഏതിടത്തെ വിശകലനം ചെയ്യു മ്പോഴും പാലിക്കേണ്ടുന്ന അന്വേഷണാത്മക നിലപാടും ചരിത്ര ബോധ്യങ്ങളും പുരോഗമനാത്മകമായ സാംസ്കാരിക വളർച്ച യെ ത്വരിതപ്പെടുത്തും.

അത്തരം ചരിത്രബോധത്തിലൂന്നിയ കൃത്യമായ വൈജ്ഞാ നിക താല്പര്യത്തോടെയുള്ള അന്വേഷണങ്ങൾ നടത്തുവാൻ ശേഷിയുള്ളതാണ് ശ്രീ അനിഷ് പത്തിലിന്റെ പേന. അദ്ദേഹ ത്തിന്റെ മറുതാക്കാലം എന്ന പ്രദേശിക ചരിത്രാന്വേഷണ ത്തിന് എല്ലാ ആശംസകളും നേരുന്നു.

കണ്ണൻ ഇമേജ്

ആവേദകർ

ശ്രീ ദിവാകരൻ നായർ പത്തിൽ

ശ്രീ എൻ. രാജപ്പൻ പിള്ള പന്ത്രണ്ടിൽ

ശ്രീ സോമൻ കല്ലുമ്മേൽ

www.ingramcontent.com/pod-product-compliance
Lightning Source LLC
LaVergne TN
LVHW090420051026
849518LV00006B/2395
* 9 7 8 8 1 9 5 9 6 4 7 7 2 *